தொலைவிலிருக்கும் கவிதைகள்

தொலைவிலிருக்கும் கவிதைகள்

மொழிபெயர்ப்புக் கவிதைகள்

சுந்தர ராமசாமி

தமிழின் முன்னோடி எழுத்தாளர்களில் ஒருவரான சுந்தர ராமசாமி நாகர்கோவிலில் பிறந்தார். பள்ளியில் மலையாளமும் ஆங்கிலமும் சமஸ்கிருதமும் கற்றார். 1951இல் 'தோட்டியின் மக'னைத் தமிழில் மொழிபெயர்த்ததே முதல் இலக்கியப் பணி. 1951இல் புதுமைப்பித்தன் நினைவு மலரை வெளியிட்டார். இவரது முதல் கதையான 'முதலும் முடிவும்' அதில் இடம் பெற்றது. மூன்று நாவல்களும் பல கட்டுரைகளும் சுமார் 75 சிறுகதைகளும், பசுவய்யா என்ற பெயரில் கவிதைகளும் எழுதினார். 1988இல் *காலச்சுவடு* இதழை நிறுவினார்.

சுந்தர ராமசாமிக்கு டொரொன்டோ (கனடா) பல்கலைக் கழகம் வாழ்நாள் இலக்கியச் சாதனைக்கான 'இயல்' விருதை (2001) வழங்கியது.

வாழ்நாள் இலக்கியப் பணிக்காகக் 'கதா சூடாமணி' விருதை (2003) பெற்றார்.

சுந்தர ராமசாமி 14.10.2005 அன்று அமெரிக்காவில் காலமானார்.

மனைவி: கமலா. குழந்தைகள்: தைலா, கண்ணன், தங்கு. (மூத்த மகள் சௌந்தரா 1996இல் காலமானார்.)

சுந்தர ராமசாமியின் பிற நூல்கள்

சிறுகதைகள்

சுந்தர ராமசாமி சிறுகதைகள் (2006) (முழுத் தொகுப்பு)
அக்கரைச் சீமையில் (2007) (முதல் சிறுகதை வரிசை)
அழைப்பு (2003), பிரசாதம் (2007), பள்ளியில் ஒரு நாய்க்குட்டி (2008)
பல்லக்குத்தூக்கிகள் (2010), பள்ளம் (2012)

நாவல்கள்

ஒரு புளியமரத்தின் கதை (1966)
ஜே.ஜே: சில குறிப்புகள் (1981)
குழந்தைகள் பெண்கள் ஆண்கள் (1998)

குறுநாவல்கள்

திரைகள் ஆயிரம் (2008)

கவிதை

நடுநிசி நாய்கள் (2008)
சுந்தர ராமசாமி கவிதையை (முழுத்தொகுப்பு) (2005)

விமர்சனம்/கட்டுரைகள்

அந்தரத்தில் பறக்கும் கொடி (2014) (தமிழ் கிளாசிக்)
ந. பிச்சமூர்த்தியின் கலை: மரபும் மனிதநேயமும் (1991)
இவை என் உரைகள் (2003)
வானகமே இளவெயிலே மரச்செறிவே (2004)
மனக்குகை ஓவியங்கள் (2011) (கட்டுரைகள் உரைக விவாதங்கள்)
வாழ்க சந்தேகங்கள் (2004) (கேள்வி – பதில்)
புதுமைப்பித்தன் கதைகள்: சு.ரா குறிப்பேடு (2005)
வாழும் கணங்கள்(2005) (படைப்புகளின் தொகுப்பு)
புதுமைப்பித்தன்: மரபை மீறும் ஆவேசம் (2006)
ஒரு கலை நோக்கு: ஆளுமைகள் தோழமைகள் (2019)

நேர்காணல்கள்

சுந்தர ராமசாம நேர்காணல்கள் (2011)

பிற நூல்கள்

மூன்று நாடகங்கள் (2006)
தமிழகத்தில் கல்வி (2000) (வசந்தி தேவியுடன் உரையாடல்)
இதம் தந்த வரிகள் (2002) (கு. அழகிரிசாமி – சுந்தர ராமசாமி கடிதங்கள்)
ஒரு தடா கைதிக்கு எழுதிய கடிதங்கள் (2006)

நினைவுக் குறிப்புகள்

ஜீவா (2003), கிருஷ்ணன் நம்பி (2003), க.நா.சு. (2003),
சி.சு. செல்லப்பா (2003), பிரமிள் (2005), ஜி. நாகராஜன் (2006),
தி. ஜானகிராமன் (2007), கு. அழகிரிசாமி (2011), தொ.மு.சி. ரகுநாதன் (2014),
ந. பிச்சமூர்த்தி (2016), நா. பார்த்தசாரதி (2016). கவிமணி (2019) மௌனி வெ. சாமிநா சர்மா என்.எஸ். கிருஷ்ணன் (2019)

மொழிபெயர்ப்புகள்

செம்மீன் (1962) (தகழி சிவசங்கரப்பிள்ளையின் சாகித்திய
அகாதெமி பரிசுபெற்ற மலையாள நாவல்)
தோட்டியின் மகன் (2000) (தகழி சிவசங்கரப்பிள்ளை)
தொலைவிலிருக்கும் கவிதைகள் (2004)

தொலைவிலிருக்கும் கவிதைகள்

மொழிபெயர்ப்புக் கவிதைகள்

சுந்தர ராமசாமி

காலச்சுவடு பதிப்பகம்

தொலைவிலிருக்கும் கவிதைகள் • மொழிபெயர்ப்புக் கவிதைகள் • சுந்தர ராமசாமி • © கமலா ராமசாமி • முதல் பதிப்பு: நவம்பர் 2004, இரண்டாம் (குறும்) பதிப்பு: ஜனவரி 2021 • வெளியீடு: காலச்சுவடு பப்ளிகேஷன்ஸ் (பி) லிட்., 669, கே.பி. சாலை, நாகர்கோவில்

tolaivilirukkum kavitaikaL • Translation Poems • Sundara Ramaswamy • © Kamala Ramaswamy • Language: Tamil • First Edition: November 2004, Second (Short) Edition: January 2021 • Size: Demy 1 x 8 • Paper: 18.6 kg maplitho • Pages: 176

Published by Kalachuvadu Publications Pvt.Ltd., 669 K.P. Road, Nagercoil 629001, India •Phone: 91-4652-278525 • e-mail: publications@kalachuvadu.com •Cover Design: Santhosh • Printed at Compuprint Premier Design House, Chennai 600086

ISBN 978-81-87477-91-4

01/2021/S.No.105, kcp 2761, 18.6 (2) 1k

ராமச்சந்திரனுக்கும்
(வண்ணநிலவன்)
சந்திரிகாவுக்கும்

நன்றியுரை

இக்கவிதைத் தொகுப்பின் உருவாக்கத்திலும் அச்சேற்றத்திலும் பங்காற்றிய என் நண்பர்கள் எம். எஸ்., நெய்தல் கிருஷ்ணன், என் மனைவி கமலா, மருமகள் மைதிலி, நாகம், விஜயகுமார், கனிதா ஆகியோருக்கு என் நன்றியைத் தெரிவித்துக் கொள்கிறேன்.

சு. ரா.

பொருளடக்கம்

இப்படித்தான் மொழிபெயர்த்தேன்

நான் முதன் முதலாக *1964*ல் ஆங்கிலம் வழி தமிழில் ஒரு கவிதையை மொழிபெயர்த்தேன். அப்போது அதிகப்பிரசங்கித்தன மான ஒரு காரியத்தைச் செய்கிறேன் என்ற பதைப்பு இருந்தது. கவிதை பிரெஞ்சு மொழியில் ழாக் ப்ரெவெர் (Jacques Prevert) எழுதியது. (அப்போது ஆங்கில எழுத்துக்களைக் கூட்டி ஜாக்யூஸ் ப்ரீவெர்ட் என்று எழுதியிருந்தேன். இதுபோன்ற கொலைகளை இன்றும் செய்து வருகிறேன்.) அந்த நாட்களில் கவிதை மொழி பெயர்ப்புப் பற்றி கனவொன்றும் இருக்கவில்லை. ழாக் ப்ரெவரின் கவிதை மனதை ஈர்த்தது. அன்றே நகுலனின் Words For the Listening Air என்ற கவிதையையும் மொழிபெயர்த்தேன். அந்தத் தலைப்பு என் மனதைக் கவர்ந்திருந்தது.

இக்கவிதைகளை ‘இலக்கிய வட்ட’த்தில் வெளியிட க.நா.சுவுக்கு அனுப்பியபோது ஆங்கில மூலங்களையும் பிரதி செய்து அனுப்பி, ஒப்பிட்டுப் பார்த்து பிழைகள் இருந்தால் திருத்திக்கொள்ள வேண் டும் என்றும் கேட்டிருந்தேன். கவிதைகள் பிரசுரமாயின. ஆனால் ஒப்பிட்டுப் பார்த்தாரா என்பது தெரியவில்லை. அநேகமாகப் பார்த்திருக்கமாட்டார் என்றுதான் தோன்றிற்று.

*1973*ல் லோர்க்காவின் கவிதைகளைப் படிக்க நேர்ந்தபோது அவை எனக்கு வெகுவாகப் பிடித்திருந்தன. அப்போது அக்கவிதை களில் ஒரு சிலவற்றை மொழிபெயர்த்தேன். தருமூ அரூப் சீவரா மிடம் (பிரமிள்) நெருக்கமாக இருந்ததால் இந்தக் கவிதைகளை அவர் பார்வைக்குக் கொடுத்தேன். மிகப் பெரிய தவறொன்றை அவர் எடுத்துக்காட்டினார். அன்று அவருக்கு நன்றி சொன்னேன். மீண்டும் ஒருமுறை அவரது ஆத்மாவுக்கு நன்றி தெரிவிப்பது அதிகப்படியானதல்ல.

இலங்கை நண்பர் பத்மநாப அய்யரை நான் முதலில் சந்தித்த வருடம் *1981* அல்லது *82*. அவர் எனக்கு ஆங்கிலத்தில்

மொழிபெயர்க்கப்பட்ட கவிதைப் புத்தகம்[1] ஒன்றை அன்பளிப்பாகத் தந்தார். ரெகி சிரிவர்தனா மொழிபெயர்த்திருந்த தொகுப்பு அது. அவரைப் பற்றி உள்ளூர ஒரு மதிப்பு இருந்தது. ஒரு ஆங்கில இதழில் நடைபெற்ற இலக்கிய விவாதத்தில் தன் மார்க்சியப் பார்வையில் அவர் எழுதிய கட்டுரை என் நினைவில் இருந்தது. அத்துடன் அந்தப் புத்தகத்தின் அச்சும் அமைப்பும் என் மனதுக்கு நெருக்கமாக இருந்தன. மேலட்டை வடுமாங்காயின் நிறத்தில் அற்புதமாக இருந்தது. மேலட்டை எழுத்துக்கள் ஒரு ருஷ்ய அரண் மனையின் தூண்களிலோ அல்லது அரச சபை நாற்காலிகளிலோ செதுக்கப்பட்ட, மனதை அள்ளும் வேலைப்பாடுகள் போலிருந்தன. கவிஞர்கள் பெயரைப் பார்த்தேன். பலரும் பூர்வஜென்மத்தி லிருந்தே எனக்கு மானசீக நெருக்கம் கொண்டவர்கள். பல மொழிகளில் எழுதியிருக்கும் கவிஞர்கள். அவர்களின் பெயரை உச்சரிப்பதுகூட ஒரு குறிப்பிட்ட வயதில் எனக்கு களிப்பைத் தந்தி ருக்கிறது. புரிந்தும் புரியாமலும் நான் மயக்கத்துடன் சத்தமிட்டுப் படித்தவை அவை.

இதுபோல் என்னைக் கவர்ந்த மற்றொரு தொகுப்பு நோபல் பரிசு பெற்றவரான செஸ்லாவ் மிலோஸ் **1996**ல் *A Book of Luminous Things*[2] என்ற தலைப்பில் வெளியிட்டுள்ள உலகக் கவிதைகளின் ஆங்கில மொழிபெயர்ப்பு. அந்தப் புத்தகம் சமீப காலத்தில் அச்சடிக்கப்பட்டிருந்தாலும்கூட தோற்றம் சுமாராகத்தான் இருந்தது. சிறிதும் கனவைத் தூண்டுவதாக இருக்கவில்லை. ஆனால் அவர் தேர்ந்தெடுத்திருந்த பல கவிதைகளும் அக்கவிதைகளுக்கு அவர் எழுதியிருந்த மாயாஜாலக் குறிப்புகளும் என்னை ஈர்த்தன. இத்தொகுப்பை கலிஃபோர்னியாவில் ஒரு குட்டி நூல் நிலையத் தில் பார்த்தேன். கடைகளில் தேடியபோது அந்த நேரத்தில் அந்தப் புத்தகம் கிடைக்கவில்லை. கணிசமான கவிதைகளை பிரதி யெடுத்து வைத்துக்கொண்டேன். எனக்கு உவப்பான கவிதைகளை மொழிபெயர்த்து முடித்த பின் புத்தகமும் கிடைத்தது.

ரெகி சிரிவர்தனாவின் தொகுப்பு கிடைத்த காலத்தையொட்டி அதிலிருந்து சுமார் பத்துப் பனிரெண்டு கவிதைகளை மொழி பெயர்த்தேன். எனக்கு மிகச் சிறந்த கவிதைகள் என்று பட்டவற்றை எல்லாம் மொழிபெயர்க்க முடியவில்லை. மொழிபெயர்க்கச் சாத்தியமானவற்றை மட்டும் தேர்வு செய்தது கூச்சத்தைத் தந்தது. இன்று ஒன்று தெரிகிறது: எவ்வளவு தேர்ச்சி கொண்ட மொழிபெயர்ப்பாளனாலும் நெருங்கவே முடியாத கவிதைகள்

---

[1] *Many Voices*, 50 poems from the Spanish, Italian, French and Russian, translated by Roggie Siriwardena.

[2] *A Book of Luminous Things*, Edited and with an Introduction by Czeslaw Milosz.

இருக்கின்றன. கடினமான கவிதைகள் மட்டுமல்ல, சில எளிமையான கவிதைகள் கூட. அர்த்தத்தைப் பிடித்த நிலையிலும் சில கவிதை வரிகளில், மொழிக்கு வசப்படாமல் நிற்கும் சூட்சுமங்களையும் அழகுகளையும் மொழிபெயர்க்க முடியாமல் போய்விடுகிறது. சமாளிக்கலாம்; ஆனால் சமாளிப்பது நல்ல மொழிபெயர்ப்பாகாது.

நான் மொழிபெயர்த்த கவிதைகளை, இணக்கமும் திறனும் கொண்ட யாரேனும் ஒருவருடன் சேர்ந்து சரிபார்க்க வேண்டும் என்றிருந்தேன். பொருந்திவரும் பெயர்கள் எதுவும் தட்டுப்படவில்லை. பின்னால் க்ரியா ராமகிருஷ்ணனுடன் நெருக்கமான உறவு ஏற்பட்டபோது அவரும் நானும் சேர்ந்து என் கதைகள், கட்டுரைகளை சரி பார்த்தோம். அது எனக்கு பெரிய அனுபவமாக இருந்தது. எழுதப்பட்ட ஒவ்வொரு வார்த்தையும் கல்லில் கொத்தப்பட்டது என்றும், ஆகவே அவற்றைச் செப்பனிடும் யோசனையே குற்றம் என்றும் நான் கொண்டிருந்த கற்பனை உடைந்தது. ஆனால் ஒன்று: பிறருடைய அபிப்பிராயத்தை எந்த அளவுக்குக் கேட்க வேண்டும் என்பது பற்றி படைப்பாளிக்கு சுயமான நிலைபாடு இருக்க வேண்டும். எடிட்டர் தரும் எல்லா யோசனைகளும் ஒரு படைப்பாளிக்கு உவப்பாக அமைய வேண்டும் என்பதில்லை.

க்ரியா ராமகிருஷ்ணனும் நானுமாக சில கவிதைகளையும் ஒப்பிட்டுப் பார்த்தோம். கவிதைகளுடன் அவர் நெருக்கமாக இல்லை என்ற நினைப்பு எனக்கு இருந்ததால் ஆர்வத்துடன் அந்தப் பணிக்குள் நான் நுழையவில்லை. ஆனால் முதல் நாளே அர்த்தங்களை மட்டுமல்ல கவிதையிலிருந்த பாவங்களையும் குறிப்புணர்த்தல்களையும் சொற்களின் அழகுகளையும் நழுவிப் போய்விடாமல் மறித்து மொழிபெயர்ப்புக்குள் தள்ளுவதில் அவர் திறமைசாலி என்பது வெளிப்பட்டது. அவருடைய ஆங்கில ஞானமும் என்னை விட அதிகம். பல கவிதைகளை நாங்கள் சேர்ந்து பார்த்தோம். பல நுட்பங்களை என் மனதில் பதிய வைத்த அனுபவம் அது.

அதன்பின்னும் அவ்வப்போது உதிரியாகப் பல கவிதைகளை மொழிபெயர்த்து வந்தேன். மொழிபெயர்ப்பில் உள்ள ஈடுபாடு கூடிக் கொண்டே போயிற்று. சவால்கள் என்னை சங்கடப்படுத்தியது போக ஊக்கப்படுத்தத் தொடங்கின. மனதுக்குள் ஆறப்போட்டு தீவிரமாக யோசித்தால் மூலக்கவிதையிலுள்ள பெரும்பான்மையான நுட்பங்களைத் தமிழில் பிடித்துவிடலாம் என்று தோன்றிற்று. தமிழ் செழிப்பாக இருப்பதை மீண்டும் உணர்ந்து பெருமிதம் கொண்ட சந்தர்ப்பம் அது.

உலகக்கவிதைகளிலிருந்து சுமார் ஆயிரம் கவிதைகளை தமிழில் கொண்டு வரவேண்டும் என்ற வெறி இருந்தது. நடைமுறையில் இப்போது பத்தில் ஒரு பங்குதான் சாத்தியப்பட்டிருக்கிறது.

ரெகி சிரிவர்தனாவின் புத்தகத்திலிருந்து மொழிபெயர்த்த சில கவிதைகளும் வேறு பல கவிதைகளும் பல வருடங்கள் சரி பார்க்கப்படாமலேயே கிடந்தன. அதன்பின் நண்பர் எம்.எஸ்ஸுடன் இணைந்து அவற்றைச் சரிபார்த்தேன். முதலில் ஒருமுறை. பத்திரிகைகளுக்கு அனுப்புவதற்கு முன் மறுமுறை. இப்போது நூலாகத் திரட்டும்போது மூன்றாவது முறை.

கவிதைகளை மொழிபெயர்க்கும்போது அழகுகளைவிட ஒரு சொல் அதிகமாக அர்த்தங்களுக்கு அழுத்தம் தரவேண்டும் என்பது என் நம்பிக்கை. மொழிபெயர்ப்புப் பற்றிய கோட்பாடுகள், மேற்கில், எளிமையானவற்றிலிருந்து சிக்கலானவை வரை நிறையவே இருக்கின்றன. சாராம்சமாக என் மனதில் படிந்திருப் பவை இரண்டு போக்குகள்தான். கவிதையின் மொழிபெயர்ப்புக் கரடுமுரடாக இருந்தாலும் மூலத்தின் பொருளுக்கு ஏற்பவே செய்யவேண்டும் என்பது ஒன்று. மொழிபெயர்க்கப்பட்ட கவிதை சரளமாக இருக்க வேண்டும் என்பதால் மூலக்கவிதையின் சாராம் சத்தைப் புரிந்து கொண்டு சில சுதந்திரங்களை எடுத்துக்கொள்ள லாம் என்பது மற்றொன்று. இந்த இரண்டு வழிகளும் எனக்குச் சரியாக வரவில்லை. முதல் வழியைப் பின்பற்றினால் கவிதை மொழி மோட்டாவாக இருப்பது என்னைச் சங்கடப்படுத்திற்று. இரண்டாவது வழியைப் பின்பற்றினால் கவிதைமொழி சரளமாக இருப்பது மூலத்திலிருந்த பல நுட்பங்களையும் விட்டுக்கொடுத்த குற்றமாக என் மனதில் உறுத்திற்று. நான் இரண்டு வழிகளுக்கும் இடையே ஒரு கோட்டை போட்டுக்கொண்டேன். அந்தக் கோடு வழி போகவேண்டும் என்பது என் எண்ணம். மத்திய மார்க்கம் தான் நல்லது என்று புத்தரும் சொல்லியிருக்கிறார்.

சொல் அட்டவணை மட்டாக இருக்கும் மொழி சார்ந்த கவிதையை சொற்பெருக்கு மிகுந்த மொழிக்குக் கொண்டு வரும் போது கூடப் பொருத்தமான சொற்கள் கிடைக்காமல் தத்தளிக்க நேருகிறது. மொழி வேறுபட்ட நாகரிகங்களின் சாராம்சங்களை உள்வாங்கிக் கொண்டிருப்பதால் மொழியின் பலம் அல்லது பலவீனத்தைத் தாண்டி மற்றொரு மொழி சார்ந்த படைப்பை மொழிபெயர்க்கும் நோக்கத்துடன் எதிர்கொள்வது பெரும் சவாலாகவே இருக்கிறது.

தமிழ்மொழி ஆங்கிலக் கவிதையை எதிர்கொள்ளும்போது எப்படி எளிமையாகத் தோன்றுகிற வார்த்தையைக்கூட சில சமயம் மொழிபெயர்க்க முடியாதபடி ஆகிவிடுவது வியப்பைத் தருகிறது. நான் மொழிபெயர்க்க சங்கடப்பட்ட ஆங்கில வார்த்தைகளைத் திரட்டி வாசகர்களுடன் பகிர்ந்துகொள்ள வேண்டும் என்ற ஆசை எனக்கு இருந்தது. அதை நடைமுறைப்படுத்த முடியாமல் போயிற்று.

இத்தொகுப்பில் இடம் பெற்றிருக்கும் கவிஞர்கள் *50*. கவிதை கள் *101*.

கவிதைகளின் மொழிபெயர்ப்பு இதழ்களில் வெளிவந்த கால வரிசையில் அச்சேற்றப்பட்டிருக்கிறது. மொழிபெயர்த்த காலமும் வெளிவந்த காலமும் அநேகமாக ஒன்றுதான். கடைசியாக இடம் பெற்றிருக்கும் நான்கு கவிதைகள் அச்சேற்றப்படாதவை.

கவிஞர்கள் பற்றிய குறிப்புகளை அகர வரிசையில் தந்திருக் கிறேன். சீனக் கவிஞர் சாங் சி *(768-830)*யின் குறிப்புக்கான தகவல் முயன்றும் கிடைக்காமல் போயிற்று. கவிதை ஆர்வலர்கள் எவரே னும் கண்டெடுத்துத் தந்தால் அடுத்த பதிப்பில் சேர்த்துக்கொள் வேன். கவிஞர்களின் பெயரை ஆங்கிலத்தில் - அவர்களது வேறு கவிதைகளைத் தேடிப் படிக்க விரும்பும் அபூர்வ வாசகனுக்கு உதவும் என்ற எண்ணத்தில் - தந்திருக்கிறேன்.

கன்னடக் கவிஞர்கள் மூவரைப் பற்றிய விபரங்களைத் தந்துதவி யவர் என் நண்பர் பாவண்ணன். அவருக்கு நன்றி சொல்லக் கூச்ச மாக இருப்பதால் சந்தோஷத்தைத் தெரிவித்துக் கொள்கிறேன்.

கவிதைகளின் மூலத்தை ஆங்கிலத்திலும் தரவேண்டும் என்று விரும்பினேன். என் வீட்டு நூல்நிலையத்திலிருக்கும் புத்தகங்கள் கூட ஒழுங்குபடுத்தாமல் இருப்பதால் அது முடியாமற் போயிற்று. ஆங்கில மூலத்தைத் தந்தால், எல்லா கவிதைகளுக்கும் தருவதே பதிப்புக்கு நியாயம் சேர்ப்பதாக இருக்கும் என்று நினைத்தேன். இத்தொகுதி மறுபதிப்புக் காணும் பாக்கியம் பெற்றால் ஆங்கில மூலத்தையும் தரவேண்டும் என்று ஆசை.

பசுவய்யா என்ற என் புனைபெயரில் வெளியாகியிருந்த இம் மொழிபெயர்ப்புகளை இப்போது என் இயற்பெயரிலேயே தரு கிறேன். போதும் ஒரு பெயர் என்று தோன்றிவிட்டது.

இந்தத் தொகுப்பில் நூற்றியொன்று கவிதைகள் இருப்பதால் மீதம் நான் மொழிபெயர்க்க வேண்டியவை என் ஆசைப்படி எண் ணூற்றி தொண்ணூற்றி ஒன்பது கவிதைகள் மட்டுமேதான். அவற் றையும் மொழிபெயர்த்து விடலாம். ஒன்றும் பெரிய விஷய மில்லை.

வாசகர்களுக்கு என்றும் மாறாத என் அன்பு.

நாகர்கோவில் **சு.ரா.**
11.11.04

ழாக் ப்ரெவர்

ஒரு பட்சியின் படம் வரைய

முதலில்
ஒரு கூண்டு
வரை திறந்தபடி

பின்னால்
பட்சிக்காக
ஜோரான ஒன்று
எளிமையான ஒன்று
அழகான ஒன்று
வரை

தோட்டத்தில்
புதற்காட்டில்
இல்லை

ஒரு வனாந்தரத்தில்
திரையைத் தூக்கி
மரத்தெதிரே
வை

பேசாது
சப்தம் காட்டாது
அசையாது
மரத்துக்குப் பின்னால்
மறைந்து
நில்

சில வேளை
பட்சி
சட்டென்று
வரும்
சில வேளை
தீர்மானம் எடுக்க
வருஷக்கணக்காய்
தயங்கும்

சோராதே,
காத்திரு
அவசியம்
என்றால்
ரொம்பக்
காலம்
முந்தி வருவது
பிந்தி வருவது
படத்தின் வெற்றி

ஒருவித
சம்பந்தம்
இல்லை

பட்சி
வரும்வேளை
வந்துவிடும்
வேளை
கப்சிப்
நிசப்தம்
கூண்டுக்குள்
பட்சி
நுழையும்
மட்டும்
காத்திரு

நுழைந்ததும்
வாசலை
மிக மெள்ளச்
சாத்து
தூரிகையால்
சாயம்
பூசி

அப்புறம்
கம்பிகளை
எல்லாம்
ஒவ்வொன்றாய்
எடுத்துவிடு
பட்சியின்
இறக்கையில்
படாமல்
ஜாக்கிரதை!

இப்போது
ஒரு மரத்தின்
படம்
வரை

மிக
அழகான
சில கிளைகள்
பட்சிக்குத்
தேர்ந்தெடு
சாயத்தால்
இலைக்கூட்டம்
தென்றல், புத்துணர்வு
தூசி
வேனல்
வெக்கையில்

வயற்காட்டுப்
பிராணிகள்
இரைச்சல்
வரை
இனிமேல்
பட்சி
பாட
எண்ணும்
வரையிலும்
காத்திரு

பட்சி
பாடாது
போனால்
அசுபம்

படம்
மட்டம்
என்று
அறிகுறி

பாடிவிட்டால்
சுப
சூசகம்

பட்சியின்
இறகு
ஒன்றை
மெள்ளப்
பிடுங்கிப்
படத்தின்
மூலையில்
உன் பெயரை
எழுதிவிடு

இலக்கிய வட்டம் 23.10.64

நகுலன்

செவி சாய்க்கும் காற்றுக்கு சில சொற்கள்

பிராய்தாருக்குப் பின்னர்
யூங்காருக்குப் பின்னர்
மார்க்ஸாருக்கும்
அயின்ஸ்தீனாருக்கும்
பின்னர்,
பின்னர்;

ஆத்மாவின் அடித்தளத்தில்
சரத வேட்கை
தேய்ந்து சேதாரமுற்ற
பின்னர்;

ஆத்மச் சுருள் வளையத்து
மையச் சுருளில்
வம்சாவளி திரட்டியெடுத்த
மனக்கொலுவின்
முற்றும் முடிவுமில்லா
வளைவு சுளுவுக் கெல்லாம்
பின்னர்,
பின்னர்;

அரசனின் அதரத்து
மதுவிலும் மதுரமாய்
உழைப்பின் முத்து மணிகள்
கொப்புளித்த
பின்னர்;

அயின்ஸ்தீனார் உருத்தந்த
ஒப்புவமைத் தத்துவம்

சரதம் கைக் கொண்ட
சூத்திரமனைத்தும்
தலைகுனிந்து மறைந்த
பின்னர்;

உலகப் பொருளுங் கரைய,
பொருளின் கூறாம்
அணுவைக் கூறிடும்,
அதிசயமும்
மிக லேசாய்க் கண்ட
பின்னர்;

சுருட் பந்தாம்
இவ்வுலகின்கண்
பலப் பல வெடித்த
சம்பவ விகாச
தந்திர வரிசையெல்லாம்
முகஞ்சுளித்து ஒதுங்கிய
பின்னரும்

என் கண்ணே,
இம்முனையில் தவமியற்ற
வந்தேன்;
உன் பாதம் பரவும்
எழில் எண்ண
வந்து நிற்கின்றேன்.

பெற்றதோ எதுவுமில்லை,
அந்நிலையிலும்
நிலையில் எழில் தேக்கி,
மனத்தின் கண்
ப்ரியம் துளும்பி நிற்பினும்
குரூர மனத்தினளாய்,

நிற்கும் நின்முன்
காலம் கண்காணித்து நிற்க,
காமக் குதிரை மீதேறி
வேர்வை முத்துதிர
சிந்தனை ஒதுக்கித் தள்ள,
பிரவாஹச் சுழியில்,
அனைத்தும் கரைந் தொழியும்
பிரவாஹச் சுழியில்,
இன்னமும் கண்ணே
தேடி வந்தேன்,
உன் ஆறுதல் சுரங்கங்களில்
தஞ்சம் இறைஞ்ச
இம்முனையில்
வந்து நிற்கின்றேன்.

ஒன்று மட்டும்
கண்ணே
உனக்கு
உரைப்பேன்.
ஒன்று
மற்றொன்றை
என்றும்
வேட்டு
நிற்கும்

இவ்வுண்மை
கட்டியங் கூறும்
அந்நாளில்
ஐயமில்லை
தாபமுற்று
நிற்பாய்
நீயும்.

இலக்கிய வட்டம் 23.10.64

லோர்க்கா கவிதைகள்

பிரான்சிஸ்கோ கார்ஸியா லோர்க்கா (Francisco Garcia Lorca) ஸ்பானிய மொழியில் எழுதியவன். 1898இல் பிறந்து 38 வயதில், 1936இல், ஸ்பானிய உள்நாட்டுப் போரின் ஆரம்ப நாட்களில், ஏகாதிபத்தியவாதி ஃபிராங்கோவினால் ஏவப்பட்ட (யாரெனத் தெரிந்துகொள்ள முடியாமற்போன) சிலரால் ஒரு மலைக்குன்றில் கொல்லப்பட்டான். அவன் சடலம் கிடைக்கவில்லை.

> கொல்லப்பட்டதை நான் உணர்ந்தேன்.
> இடுகாடுகளில், மாதா கோயில்களில், உணவு விடுதிகளில் என்னைத் தேடி அலைந்தனர்.
> துப்பாக்கிக் குழாயை, சுவர் அலமாரிகளைத் திறந்து பார்த்தனர்.
> தங்கப்பல் பிடுங்க, மூன்று மண்டையோடுகளைச் சூறையாடினர்.
> என்னை ஒருநாளும் அவர்கள் கண்டதில்லை. ஒருநாளும் இல்லை.

தன் முடிவை முன்கூட்டி அறிந்தவன்போல் இப்பாடலை எழுதியிருக்கிறான் லோர்க்கா. (புதுமைப்பித்தனின் 'ஓடாதீர்' பாடலும் பின் நிகழ்ந்ததை 'முன்னறிந்து' எழுதியதுபோல் அமைந்திருப்பதாகச் சொல்வதுமுண்டு.) லோர்க்காவின் பரபரப்பூட்டும் முடிவு, அவன் பெயர் பரவ, ஆரம்பத்தில் ஒரு காரணமாக இருந்தது என்றாலும் போகப் போக அவனுடைய படைப்புகளின் மதிப்பீடு உலக இலக்கியத்தில் அவன் பயனை ஊர்ஜிதப்படுத்திற்று. ஸ்பானிய மொழியில் தோன்றியுள்ள கவிதைகளில் இவனுடையவை தலையாயவை என்று கருதப்படுகின்றன.

லோர்க்கா பண்ணையில் பிறந்து வளர்ந்தான். தகப்பனார் நல்ல செல்வந்தர். பிறந்ததும் நோயுற்றதில் லோர்க்காவுக்கு நாலு வயது வரையிலும் சரிவர நடக்க முடியாதபடி இருந்திருக்கிறது.

வயது வந்த பின்பும் கூட, சுலபத்தில் தெரிந்துகொள்ள முடியாத நொண்டல் இருந்தது. தாயார் ஓர் ஆசிரியை. லோர்க்காவின் கலை உணர்வுகளைப் பேணியவள். இவளிடமே லோர்க்கா தன் தாய்மொழியைக் கற்றுக் கொண்டான். இவனுடைய உடற்குறை காரணமாக இவனுக்குச் சிறு வயதில் தோழர்களுடன் ஓடியாடி விளையாட முடியவில்லை. தனிமை அவனுடைய கற்பனையைப் போஷித்தது தனக்குத்தானே துணையாய், ஈடுபாடுகளை வளர்த்திக் கொள்ள வேண்டிய சூழ்நிலையில் படைப்புத் தொழில் அவனைச் சமீபித்தது.

லோர்க்காவை அவன் படைத்துள்ளவற்றின் குணக்கூறுகளை வைத்துப் பார்க்கிறபோது, 'கிராமத்துப் பண்டம்' என்று சொல்லாம். அவன் கிராம வாழ்வை நன்கறிந்தவன். கொச்சைப் பேச்சு, பழமொழிகள், கிராமீயக் கலைகள், பண்ணை வைத்தல், ஆடு வளர்த்தல், கிராமீயப் பெண்களின் வெளிக்குத் தெரியாத ஏக்கங்கள், நாடோடிப் பாடல்கள், கதைகள், இயற்கையின் பசுமைச் செல்வங்கள், பறவைகள், பூவினங்கள், ஜிப்ஸிகள் வாழ்க்கைப் பற்றித் தொன்றுதொட்டு வழங்கிவரும் கதைகள், இவர்களின் காதல் முறிவுகளை அடிப்படையாக வைத்துக் கட்டப்பட்டுள்ள பாடல்கள் இவையெல்லாம் மிகச் சிறிய வயதில் அவன் மூளையில் பதிந்து போனவை. அவனுடைய எழுத்து அநேகமாய் இப்பின்னணியை நினைவுறுத்தத் தவறுவதில்லை. இதிலிருந்து வாழ்வோடு கலையை எவ்வளவு நெருக்கமாகக் கண்டான் என்பதும், தன் அனுபவங்களுக்கு அப்பால் தகவல்களை அள்ளிப் போட்டுக் 'கலை உண்டாக்க' மறுத்துள்ளதும் தெரியவரும். கரும் பொட்டாகப் பட்டம் வானத்தில் அசையும் போதும் நூல் மண்ணில் நிற்கும் சிறுவனின் விரல்களை ஆதாரமாகக் கொண்டிருப்பது போல், லோர்க்காவின் கற்பனைகள், பொதுப்புத்தி, தர்க்க இயல் ஆகியவற்றைத் தாண்டி பொருத்தமற்ற, முரண்பட்ட, வேறுபட்ட பொருள்கள், சிந்தனைகள், உணர்வுகள் இவற்றை ஆதாரமாகக் கொண்டு சிறகடித்து எழும் போதும், அதன் ஆதாரம் அவனுடைய வாழ்க்கை அனுபவம்தான் என்பதை உணர முடியும்.

லோர்க்கா சிறு வயதிலிருந்தே சங்கீதத்தில் மிகவும் ஈடுபாடு கொண்டவன். வயது வந்த பின் அவன் அமைத்த மெட்டுகளில் நாட்டுப் பாடல்களை நண்பர்களுக்குப் பாடிக் காட்டுவானாம். இதுபோல் நாடோடிக் கதைகளும் அவனுக்கு நிறையத் தெரியும். ஜிப்ஸிகளிடத்திலும், அவர்கள் வாழ்க்கை முறைகளிலும் அவன் கொண்டிருந்த ஈடுபாடு அவன் கவிதைகளில் அடிக்கடி வெளியாகிறது. ஒரு தனித் தொகுப்பாகச் சேர்க்கக்கூடிய அளவுக்கு ஜிப்ஸிகள் பற்றி எழுதியிருக்கிறான்.

கிரேக்க நாடகங்களிலும், ஷேக்ஸ்பியரிலும் இவனுக்கு ஈடுபாடு உண்டு. இப்சன், விக்டர் ஹ்யூகோ, மாட்டர்லின்க் ஆகியோரையும்

இவன் விரும்பிப்படித்தான். அமெரிக்காவுக்குச் சென்றிருந்தபோது வால்ட் விட்மனையும், டி. எஸ் எலியட்டையும் – இருவரையுமே ஸ்பானிய மொழிபெயர்ப்பில் – படித்தான். தன் காலத்தில் வாழ்ந்த ஓவியர்களுடனும், இசை விற்பன்னர்களுடனும், நடிகர்கள், நாட்டி யக்காரிகள் ஆகியோருடனும் நட்புக்கொண்டிருந்தான். தனது கவிதைகளை வலுவான எதிர்வினை ஏற்படும்படி படித்துக் காட்டு வதில் வல்லவன் (பிரிட்டிஷ் கவி டைலன் தாமஸைப் பற்றியும் இப்படிக் கூறுவதுண்டு). அதோடு நாடகப் பாங்கான மன இயல்பு கொண்டவன். பாவத்துடனும், சிறிது நடிப்புடனும் பேசுவானாம். இவன் கவிதை வாசித்துக் காட்டலும், ஒரு கலை நிகழ்ச்சி போல் அமையும் என்கிறார்கள்.

தியேட்டர் கலைகளில் லோர்க்கா மிகுந்த விருப்பம் கொண்டிருந் தான். கவிதையின் அதிகபட்ச பயன் தியேட்டரில்தான் என்பது இவன் கருத்து. 'எல்லாச் சிறந்த நாடகங்களும் கவிதையிலேயே எழுதப்பட்டுள்ளன' என்றும் இவன் கூறியிருக்கிறான். சிறு வய திலேயே தன் வீட்டில் ஓர் இடத்தை அரங்காகக் கற்பித்துக்கொண்டு, உடன் பிறப்புகள், வீட்டிலுள்ள உதவியாளர்கள், துணைகொண்டு சொந்தப் படைப்புகளான குட்டி நாடகங்களை அரங்கேற்று வானாம்.

இவனுடைய நாடகங்கள் ஆழ்ந்த படிப்பாளிகளும், நுட்பமான ரசனை கொண்டோர் மட்டுமே பார்த்து ரசிப்பதாய் அமைய வில்லை என்றும், சாதாரண மக்களும் அனுபவிக்கும்படியாக இருந்ததாகவும் கூறப்படுகிறது. வயலில் வேலை செய்வோர் கூட இவனுடைய படைப்புகளை – முக்கியமாக ஜிப்ஸிகளைப்பற்றி எழுதியுள்ளவற்றை – ரசித்தார்கள் என்று கூறுவது எவ்வளவு தூரம் நம்பத் தகுந்தது என்பது தெரியவில்லை. ஒரு இந்திய மனம் வெகு சுலபமாய்ப் புரிந்து கொள்ளும் பாங்கில் அவை இல்லை என்று கூறலாம். கலைப்பூர்வமானதை ஜனரஞ்சகத்தோடும், பழமையை நவீனத்துடனும் விசித்திரக் கலவை செய்து வெற்றி கண்டான் என்று கூறும் விமர்சனமும், நாடகத்தில் பார்வையாளர்களுடன் சமரஸம் செய்து கொண்டு சரிந்து போனான் என்று மதிப்பிடும் விமர்சனமும் உள்ளன. தனக்குத் தெரிந்த ஊரையும் மனிதர்களை யும், பார்வையாளர்கள் இடம் பெயர் இனங்கண்டு கூறக்கூடிய அளவுக்குப் பின்னணி சார்ந்தும், அப்பின்னணி கழன்று போகும் உலக அரங்கில் அவை சிறந்த கலைப்படைப்புகளாக ஏற்றுக்கொள் ளும்படியும் தனது நாடகங்களை அமைத்தது லோர்க்காவின் பெரிய சாதனையாகும். நேரில் சிறிது நேரம் சந்திக்க நேர்கிற ஒருவனையும், திரும்பத் தன் பேச்சில் இழுத்து வருணிக்கும்போது அவன் பாத்திர இயல்புகள் பெற்று விடுவான் என்றும் ஐந்து அல்லது ஆறு வருடங்களுக்குப் பின்னால் எழுத நேரும், ஒரு நாடகத்தில் அதே பாத்திரம் மிகுந்த கலை வளர்ச்சி பெற்றுக்

கச்சிதமாகத் தோன்றும் என்றும் அவனுடைய நண்பர்கள் எழுதியிருக்கிறார்கள். தன் சிறு வயதில் கேட்ட ஒரு தெருப் பிச்சைக்காரியின் பாட்டு, ஒரு செம்மான் உதிர்த்த வசை, உறவுக் கிழவி ஒருத்தியின் விசித்திரமான பதச் சேர்க்கையும் ஒரு முக வலிப்பு தினுசும் – வேறு வேறு காலங்களில் நிகழ்ந்தவை – எழுதும் நேரத்தில் தக்க சமயத்தில் இடமும் அளவும் அறிந்து அவன் கலையில் இடம் பெற்றுத் துலங்கும்.

அவனுடைய கலை கிராம மக்களின் உள்ளுணர்வையும் அவர்கள் ரத்தத்தையும் சதையையும் பிசைந்து படைக்கப்பட்டுள்ளதால் அவர்களுடைய மூளையை உபத்திரவிக்காமல் தொழில்பட்டிருக்கக் கூடும் என்ற நம்பிக்கையை ஏற்படுத்துகிறது. வாழ்வும் கலையும் இவனிடம் முரண்பாடுகள் கொண்டிருக்கவில்லை. தனது நம்பிக்கைகள் தனது பலவீனங்கள் இவற்றோடு வாழ்ந்து, வாழ்ந்த அவ்வாழ்வின் மெய்க்காட்சியைத் தனது படைப்பில் காண முயலுவதாகவுமே இவனுடைய உந்துதல் தொழில்பட்டிருக்கிறது. ‘செம்மானின் அதிசய மனைவி’, ‘பார்வையாளர்கள்’, ‘எர்மா’, ‘ரத்தத்திருமணம்’, ‘பெர்னுடா அல்பாவின் வீடு’ முதலியன ஆங்கிலத்தில் படிக்கக் கிடைக்கக்கூடிய நாடகங்கள்.

‘நியூயார்க்கில் கவிஞன்’ எனும் நெடுங்கவிதை லோர்க்காவின் முக்கியமான படைப்புகளில் ஒன்று. இவனுடைய அமெரிக்க யாத்திரையின் விளைவு இது. அமெரிக்காவில் ஆங்கிலம் கற்பிக்கும் வகுப்பில் சேர்ந்து, சில நாட்களிலேயே தாய்மொழி தவிர வேறு எந்த மொழியையும் தனது மூளை கிரகித்துக்கொள்ளாது என்பதை உணர்ந்து விலகிக்கொண்டான். அமெரிக்காவில் இருந்த காலத்தில் அதிக நேரத்தையும், தெருத் தெருவாய்ச் சுற்றி வருவதிலும், நாடக சாலைகளிலும் கழித்திருக்கிறான். ‘நியூயார்க்கில் கவிஞன்’ எனும் படைப்பின் ஆரம்ப உருவத்தின் சில பகுதிகளை அமெரிக்காவில் எழுதினான். இதில் இக்கவிஞனுடைய வேறு முகமும் வேறு குரலும் வெளியாகின்றன. அதுவரையிலும் கிராமியப் பாங்கான கற்பனைகளோடு உணர்வுபூர்வமாகப் பேசிக்கொண்டிருந்த கவிஞன், இக்கவிதைகளில் சமூக அடிப்படை உணர்வுகளோடும், மனித குணாம்சங்களின் சரிவுகளுக்கு எதிரான கலக உணர்வோடும், சிறிது அவநம்பிக்கை உணர்வோடும் பேசுகிறான். கவித்துவம் மிகுந்த வேகத்தோடு வெளிப்படுகையில் படிமங்களையும், மூளையை ஸ்தம்பிக்கச் செய்யும் பிரமைகளையும் எழுப்புகிறான். பார்வையின் தீட்சண்யத்தில் நியூயார்க் என்ற ஜடம் மின்னலாகி மன உணர்வுகளைத் தாக்குகிறது. (‘நியூயார்க்கில் கவிஞ’னை சி.சு. செல்லப்பாவின் ‘மெரினா’, சி. மணியின் ‘நரகம்’ ஆகியவற்றுடன் ஒப்பிட்டுப் பார்ப்பது எது கவிதை என்ற கேள்வியை முன்னால் நிறுத்தும்) ‘நியூயார்க்’ லோர்க்காவைப் பொருத்தவரையிலும் நிறைவேறாத கனவுகள், ஆசைகள், அவசியங்கள் இவற்றின் குறியீடுபோல் எழுந்துள்ளது.

இவன் ஓர் இயற்கைக் கவி. வாழ்வின் மெய்ம்மையை வார்த்தைகளிலும், மனக் காட்சியிலும் தேக்க அறிந்தவன். தெய்வீக சக்தியும் பைசாசத் தன்மையும் கலந்தவன். வாழ்வின் சாராம்சம் என்ன என்பதைத் தேடிச் சொல்ல முயன்றவன். மனித விதிகள் பற்றிய வியாகூலம் இவன் கவிதைகளின் அடியோட்டம். வெளிக்கு சுகவாசி போலவும், மிகுந்த கலகலப்போடும் இருந்த இவனை அவன் வாழ்ந்த காலத்தின் கோலங்கள் பற்றிய துக்கங்கள் உள்ளூர அரித்துக்கொண்டிருந்தன என இவனுடைய நெருங்கிய நண்பர்கள் எழுதி வைத்திருக்கிறார்கள்.

லோர்க்காவின் கவிதைகள் புரிந்துகொள்ளக் கடினமானவையே. அதே சமயம், நம் மனத்தில் சுருள் விரிந்து அர்த்தப்படும் காலம் வரையிலும் நம்மிடம் பந்தம் கொண்டாடிக் கொண்டிருக்கும் சக்தி வாய்ந்தவை. இங்கு, எனக்குப் பிரியமான பல கவிதைகளை மொழிபெயர்க்க முடியவில்லை. பல சங்கடங்கள் பாஷை சம்பந்தமானவை. பல வார்த்தைகளுக்கு முக்கியமாக, பெயர்ச்சொற்களுக்கு – அகராதியில் விளக்கம் கிடைக்குமே தவிர (உதாரணம் செடி, கொடி, பூக்கள் முதலியவற்றின் பெயர்கள்) அவற்றிற்கு நம் மொழியில் சமாந்தரமான பெயர் என்ன என்பது தெரியவில்லை. வேற்றுமையுருபுகளும் தமிழாகையில் அபஸ்வரம் கக்குகின்றன. ஒரு வார்த்தை, ஒரு சொற்றொடர் இவற்றை திருப்திகரமாக சமாளிக்க முடியாமல் ஒரு நல்ல கவிதையை மொழிபெயர்த்து முடிக்க முடியாமல் போய்விடுகிறது. முற்றிலும் தருக்கத்தையும் பொதுப்புத்தியையும் துறந்த கற்பனைகள் தமிழுக்குப் பரிச்சயப்பட வேண்டிய நிலையிலேயே உள்ளன. மாதிரிக்குச் சில கவிதைகளைத் தமிழில் இங்கு தந்திருக்கிறேன். இவனுடைய சில நாடகங்களும், எண்ணிக்கையில் இன்னும் சற்று அதிகமான கவிதைகளும் தமிழில் வேண்டும். இக்கவிதைகளால் கவரப்படுகிறவர்களில் ஆங்கிலம் அறிந்தோர் ஆங்கில மொழிபெயர்ப்புகளைப் படித்துப் பார்க்கலாம். இவன் கவிதைகள், நாடகங்கள் காகித அட்டைப் பதிப்பிலும் பிரசுரமாகியுள்ளன.

லோர்க்காவின் கவிதைகள்

ஊமைக் குழந்தை

குழந்தை தன் குரலைத் தேடிக் கொண்டிருக்கிறது.
(முன்னர் சுவர்க் கோழிகளின் அரசனிடம் இருந்தது அது)
ஒரு துளி நீரில் அக்குழந்தைதன் குரலைத் தேடிக்
கொண்டிருந்தது.
அக் குரல் பேச வேண்டும் என்று நான் விரும்பவில்லை.
அதைக்கொண்டு நான் செய்யும் மோதிரத்தை என்
அமைதி தன் சுண்டு விரலில் அணிந்துகொள்ளும்.
ஒரு துளி நீரில் குழந்தை தன் குரலைத் தேடியது.
(சிறைப்பட்ட அக் குரல் தொலை தூரத்தில் சுவர்க்
கோழியின் ஆடையை அணிந்து கொண்டிருந்தது)

விடை பெறுதல்

நான் இறந்தால்,
மாடிக் கதவை திறந்து வை
அந்தக் குழந்தை ஆரஞ்சு தின்று கொண்டிருக்கிறது.
(எனது மாடியிலிருந்து நான் அவனைப் பார்க்கிறேன்.)
அறுப்பவன் தானியங்களை அறுத்துக் கொண்டிருக்கிறான்.
(மாடியில் அவ்வோசை என் காதில் விழுகிறது)
நான் இறந்தால் மாடிக்கதவைத் திறந்து வை.

பட்டுப்போன ஆரஞ்சு செடியின் பாடல்

விறகு வெட்டி,
என் நிழலை வெட்டு.
பயனற்ற என்னை நான் பார்த்தபடியிருக்கும்
அவஸ்தையிலிருந்து எனக்கு விடுதலை அளி.
நான் ஏன் பிறந்தேன்
சுற்றிவர கண்ணாடிகள் இருக்க
பகல்பொழுது என்னைச் சுற்றிவருகிறது.
இரவு அதன் ஒவ்வொரு நட்சத்திரத்திலும்
என்னை மீண்டும் படைக்கிறது.
என்னைப் பார்க்காமல்
நான் வாழ விரும்புகிறேன்
பருந்துகளும் எறும்புகளும்
எனது இலைகளும் பறவைகளும் என
நான் கனவு காண்பேன்.
விறகு வெட்டி, வெட்டு என் நிழலை.
பழமற்ற என்னை நான்
பார்த்துக் கொண்டிருக்கும்
சித்ரவதையிலிருந்து
விடுதலை அளி.

சந்திரன் தோன்றுகிறது

சந்திரன் தோன்றும்போது
மணியோசை அடங்கிவிடுகிறது.
ஊடுருவ முடியாத பாதைகள் வெளிப்படுகின்றன.
சந்திரன் வெளிப்படும் போது
கடல் பூமியை மூடிவிடுகிறது.
எல்லையற்ற வெளியில்
இதயம் ஒரு தீவு போல் உணர்கிறது.
முழுநிலவின் கீழ் யாரும் ஆரஞ்சு தின்பதில்லை.
ஜில்லிட்ட பச்சைப் பழம்தான் தின்ன வேண்டும்.
ஒன்றே போல் மற்றொன்றாய்
நூறு முகங்கொண்ட சந்திரன்
தோன்றும்போது,
சட்டைப்பையில் வெள்ளி நாணயங்கள்
தேம்புகின்றன.

கறுப்புப் புறாக்கள்

புன்னை மரக்கிளையில்
கரிய இரு புறாக்களைக் கண்டேன்.
ஒன்று சூரியன்; மற்றொன்று சந்திரன்.
'எனது சிறிய அண்டைவீட்டாரே
எங்கே எனது கல்லறை?' எனக் கேட்டேன்.
'எனது வாலில்' என்றது சூரியன்
'எனது தொண்டையில்' என்றது சந்திரன்
எனது இடுப்பைச் சுற்றிய உலகுடன்
நடக்கும் நான்
உறை பனிக் கழுகுகள் இரண்டையும்,
ஓர் அம்மணப் பெண்ணையும் பார்த்தேன்.
ஒன்றோ மற்றொன்று
பெண்களோ எதுவுமாகவில்லை
"சிறு கழுகுகளே, எங்கே என் கல்லறை"
என்று நான் கேட்டேன்
"எனது வாலில்' என்றது சூரியன்.
'எனது தொண்டையில்' என்றது சந்திரன்.
புன்னை மரக்கிளையில் நான் இரண்டு
நிர்வாணப் புறாக்களைப் பார்த்தேன்.
ஒன்று மற்றொன்றாகவும்,
இரண்டும் எதுவுமற்றதாகவும் இருந்தன.

ரோஜா

அதிகாலையைத் தேடவில்லை ரோஜா.
அதன் கிளையில் கிட்டத்தட்ட நிரந்தரமாக
மற்றொன்றைத் தேடி நிற்கிறது அது.
ரோஜா அறிவையோ, நிழலையோ தேடவில்லை.
சதைக்கும் கனவுகளுக்கும்
எல்லைக்கோடான அது
மற்றொன்றைத் தேடுகிறது.
ரோஜா ரோஜாவைத் தேடவில்லை.
வானத்தில் அசைவற்று நின்று
மற்றொன்றைத் தேடுகிறது அது.

விம்மியழுதல்

விம்மியழுதல் காதில் விழவேண்டாம்
என்று தான் மாடி ஜன்னலைச் சாத்தினேன்
இருந்தும்
சாம்பல் நிறச் சுவர்களின் பின்னிருந்து
தேம்பி அழுவது தவிர
வேறெதுவும் கேட்கவில்லை
பாடும் தேவதைகள் மிகக் குறைவு
குரைக்கும் நாய்களும் மிகக் குறைவு
எனது உள்ளங்கைக்குள்
ஆயிரம் வயலின்கள்
அடங்கிவிடுகின்றன.
விம்மியழுதலும் ஓர் அளப்பரிய நாயே
விம்மியழுதலும் ஓர் அளப்பரிய தேவதையே.
விம்மியழுதலும் ஓர் அளப்பரிய வயலினே.
கண்ணீர் காற்றின் வாயைக் கட்டுகிறது
விம்முதல் தவிர வேறெதுவும் கேட்கவில்லை.

கடல் திசை மாறி . . .

கடலில் பல முறை
திசை தவறிச் சென்றிருக்கிறேன்
நாவு நிறைய காதலுடனும் துக்கத்துடனும்
காது நிறைய கொய்த புது மலர்களுடன்,
பல முறை
கடலில் திசை தவறிச் சென்றிருக்கிறேன்.
குழந்தைகள் இதயங்களில் என்னை இழப்பது போல்.
முத்தம் தருகையில்
முகமற்ற மனிதர்களின் புன்முறுவலை
உணராதவர் எவருமில்லை.
பிறந்த குழந்தையைத் தொடுகையில்
அசைவற்ற குதிரைகளின் மண்டை ஓட்டை
மறப்போர் எவரும் இல்லை.
ரோஜாக்கள்,
எலும்பின் கடின நிலக் காட்சியை
நெற்றியில் தேடுகின்றன.
மனிதனின் கரங்களுக்கு
பூமிக்கடியில் வேர்களை நகல் செய்வதன்றி
வேறு நோக்கம் எதுவுமில்லை.
சில குழந்தைகளின் இதயங்களில்
நான் என்னை இழக்கையில்
எண்ணிறந்த தடவைகளில்
கடலிலும் என்னை இழந்திருக்கிறேன்.
தண்ணீரை உணராமல்
ஒளி எங்கு என்னை விழுங்குகிறதோ
அங்கு சாவைத் தேடிச் சென்று கொண்டிருக்கிறேன்.

ஒழுக்கம் கெட்ட மனைவி

அதன் பின்
அவளை,
மணமாகாதவள் என நினைத்து
ஆற்றோரம் அழைத்துச்சென்றேன்.
அவளுக்குக் கணவன் இருந்தான்.
அன்று புனித ஜேம்ஸ் இரவு
பெரும்பாலும் கடமைக்காக வந்தது போல் நிகழ்ந்தது ...
தெரு விளக்குகள் அணைந்தன
சில் வண்டுகள் குப்பெனக் கிளம்பின
கடைசித் தெரு முனையில்
உறங்கும் அவள் முலைகளை
ஸ்பரிசித்தேன்.
பூங்கோரை இதழ் முனைகள் போல்
விகசித்தன.
அவளுடைய உள்ளாடையின் கஞ்சிப் பசை
பத்துக் கத்திகளால் கிழித்த பட்ட துண்டு போல்
எனது செவிகளில் ஒலித்தது.
மரங்கள் அதன் முகடுகளில்
வெள்ளி ஒளியின்றி
விரிந்து வளர்ந்தன.
அடிவானத்து நாய்கள்
ஆற்றுக்கு வெகு தொலைவில் குரைத்தன.
அவளுடைய தலைமயிர்க் கொத்தின் அடியே
பொடி மண்ணில் ஓர் பள்ளம் தோண்டினேன்
எனது ‘டை’யை அவிழ்த்தேன்.
அவள் உடையைக் களைந்தாள்.
நான் இடுப்புப் பட்டையைத் துப்பாக்கியுடன் அவிழ்த்தேன்.
அவள் மார் கச்சைகள் நான்கையும் கழற்றினாள்.
அதுபோன்ற சரும நேர்த்தி சிப்பிக்கோ
கிழங்குக்கோ இல்லை.
கண்ணாடிகள் அத்தனை பிரகாசமாய்க்

பளபளப்பதுமில்லை.
திடுக்கிட்ட மீன் போல்
அவள் தொடைகள்
என்னிடம் நழுவின
ஒரு பாதி முற்றும் நெருப்பு
மறுபாதி முழுக்க சீதளம்.
அன்றிரவு மிக செம்மையான பாதையில்,
கிளிஞ்சலின் பளீரென்ற சதைபோல ஒளிரும்
ஒரு பெண் குதிரையில்
கடிவாளமோ கால் முள்ளோ இன்றி பாய்ந்தேன்.
ஓர் ஆண் என்ற நிலையில் அவள் என்னிடம் கூறியதை
எவளிடமும் கூறேன்.
அறிந்தவற்றின் ஒளி என்னை
அறிவாளி ஆக்கிற்று.
மணலும் முத்தங்களும்
புரள அவளை
நதியின் கரையிலிருந்து
அழைத்துச் சென்றேன்
அல்லியின் வாள்கள் காற்றுடன் போரிட்டன.
நான் எவ்வாறோஅவ்வாறே பழகினேன்.
ஓர் சரியான ஜிப்ஸிபோல்.
வைக்கோல் நிறங்கொண்ட
பட்டுத் துணிக்கூடை ஒன்றை
அன்பாய் அவளுக்கு அளித்தேன்.
காதலில் மூழ்கிப்போக
என்னை நான் விடவில்லை.
ஏனெனில்
அவளுக்குக் கணவன் இருந்துங்கூடத்
அவளை நான் ஆற்றோரம்
அழைத்துச் செல்கையில்
தனக்கு மணமாகவில்லை
என்று அவள் சொன்னதால்.

ஞானரதம் 1973

மாக்கேலே அஞ்சலோ ப்யுனோரொட்டி

உன்னிடம் என் வாழ்வு

மரணம் என்னிடம், உன்னிடம் என் வாழ்வு.
காலத்தை நீ காட்டியும், வழங்கியும், துண்டித்தும் விடுகிறாய்
உன் எண்ணம் போல், என் வாழ்வு, குறுகலாய் அல்லது நீண்டதாய்
உன் கிருபையில் நான் மகிழ்ந்திருக்கிறேன்.
காலம் ஓடாது நிற்கும் ஆத்மாவை ஆசிர்வதித்தாய்
கடவுளை காண உன்னால் அழைத்து வரப்பட்டேன்.

கொல்லிப்பாவை ஜூலை 1985

ழாக் ப்ரெவர்

மலர்ச் செண்டு

என்ன செய்கிறாய் நீ சிறிய பெண்ணே
புதிதாய் கொய்த இப் பூக்களை வைத்துக் கொண்டு
என்ன செய்கிறாய் நீ இளம் பெண்ணே
வாடிக் கொண்டிருக்கும் இப் பூக்களை வைத்துக் கொண்டு
என்ன செய்கிறாய் நீ அழகிய மங்கையே
உதிர்ந்து கொண்டிருக்கும் இப் பூக்களை வைத்துக் கொண்டு
என்ன நீர் செய்கிறீர் மூதாட்டியே
அழிந்து கொண்டிருக்கும் இப் பூக்களை வைத்துக் கொண்டு.
வெற்றி கொள்பவனை எதிர்நோக்கியிருக்கிறேன்.

கொல்லிப்பாவை ஜூலை 1985

லூயிடி கான்கோரா

காலத்தின் வெற்றி

மெருகேற்றிய பொன்னாய் சூரியன் இப்போது எரிகிறது.
இப்போதும் அது உன் தலைமயிருடன் வீணாகப் போட்டியிடுகிறது.
உன் புருவத்தின் வெண்மை
சமவெளியின் அழகு பன்னீர்ப் பூவை
இப்போதும் ஏற்க மறுக்கிறது.
ஆவலூட்டும் பிரயாசை இப்போதும் உன் உதடுகளில் தெரிகிறது.
கடந்து செல்கையில் பல வண்ணப் பூக்களை நிராகரிக்கிறாய்.
அப்போதும் உன் மென்மையான கழுத்து, மிகுந்த வெறுப்புடன்,
பிரகாசிக்கும் கண்ணாடியை வெற்றி கொள்கிறது.
உன் கழுத்தையும் முடியையும் பற்றி இப்போது கர்வம் கொள்.
உன் உதட்டையும் புருவத்தைப் பற்றியுங்கூட.
உன் பொன்னும் அழகும் வெள்ளியாக மங்கும் வரை.
பன்னீர்ப் பூக்களும், இளஞ்சிவப்பு பூக்களும்,
ஊதாப்பூக்களைக் குளிர்விப்பது வரையிலும்.
நீயும் அவர்களும்
பூமிக்கும் புகைக்கும் தூசிக்கும் நிழலுக்கும் வெறுமைக்கும்
ஒன்றாக அணிவது வரையிலும்

கொல்லிப்பாவை ஜூலை 1985

லோபே டி வேகா

பனிக்காலம்

உறைபனிக் காலத்தின்
பூக்கும் காலைகளே,
நினைவுகொள்ளுங்கள்
என் குழந்தையை;
அவன் உறங்கும்
அந்தப் பனியை.
குளிரும் டிசம்பரின்
அதிருஷ்டமான காலைகளே,
பனிக்கால ரோஜாக்களை
வானம் உங்கள் மீது விசிறுகிறது.
கடுமையானவர்கள் நீங்கள்,
கடவுளோ மென்மையானவர்.
ஆதலால் நினைவுகொள்ளுங்கள்
என் குழந்தையை;
அவன் உறங்கும் அந்தப் பனியை.

கொல்லிப்பாவை ஜூலை 1985

லோபே டி வேகா

இரங்கல்

துணிச்சலான குதிரை வீரன்
இரவில்தான் அவனை அவர்கள் கொன்றார்கள்.
ஆல்மிடோப் பூக்களைக் கொண்ட
மெடினாவுக்குப் பெருமைச் சேர்த்திருந்தவன்.
‘குதிரை ஏறாதே; மோசமான காலம்’ என
அவனை நிழல்கள் எச்சரித்திருந்தன.
பொறுத்திருத்தலே பாதுகாப்பு என,
நிழல்கள் அவனுக்கு அறிவுரையும் ஆற்றியிருந்தன.
துணிச்சலான குதிரை வீரன் அவன்.
ஆல்மிடோப் பூக்களைக் கொண்ட
மெடினாவுக்குப் பெருமை சேர்த்திருந்தவன்.

கொல்லிப்பாவை ஜூலை 1985

கிசப்பி உங்காரெட்டி

இனி கதறி அழாதே

இறந்தோரைக் கொல்வதை நிறுத்துங்கள்
இனிக் கதறி அழவேண்டாம்; அழாதீர்
இப்போதும் நீங்கள் அவர்கள் சொல்வதைக் கேட்க
விரும்பினால்,
நீங்கள் இறக்கக் கூடாது என நம்பினால்
குரலற்ற ரகசியம் அவர்களுடையது:
எங்கு எவரும் கடந்து செல்வதில்லையோ
அங்கு மகிழ்ச்சியுடன் அவர்கள் கிடக்கும்போது
வளர்ந்து கொண்டிருக்கும் புற்கள் எழுப்பும் ஓசைக்குமேல்
ஏதும் அவர்கள் எழுப்பவில்லை.

கொல்லிப்பாவை ஜூலை 1985

மிகல் டே குவேரா

சிலுவையில் அறையப்பட்ட ஏசுவுக்கு

நீர் வாக்களித்துள்ள சொர்க்க ராஜ்ஜியமல்ல
தேவனே, உம்மை நேசிக்கும்படி என்னை நெகிழச் செய்கிறது.
தேவனே, உமது நரகமும் அல்ல (கொடுமையானதுதான்,
நான் அறிவேன்)
பாவமிழைத்து உம்மைத் துன்புறுத்தாமல் என்னை விலக்கி
வைத்திருப்பது.
உம்மிடம் கூறி விடுகிறேன்:
நீர்தான், நீர்தான் என் தேவனே, என்னை மனம் நெகிழச்
செய்கிறீர்.
அங்கு, மேலே அச்சிலுவையில், ஆணியால் அறையப்பட்டு
ரத்தக் கறையுடன் நிற்கும் உம் உடலைப் பார்க்கும்போது
தேவனே பெரிதும் புண்படுகிறது என் மனம்.
உமது சித்ரவதைகளையோ உமது மரணத்தையோ சகிக்க
என்னால் இயலாது.
உமது அன்பே, எனதருமை தேவனே, என்னை இவ்வாறு
நெகிழச் செய்கிறது.
ஏனெனில் பரலோக ராஜ்ஜியம் இல்லை என்றாலுங்கூட
உம்மை நேசிப்பதற்காகவே நான் உயிர் வாழ்வேன்.
நரகம் என்பது இல்லாவிட்டாலுங்கூட, ஆமாம்; உமக்கு நான்
அஞ்சவும் செய்வேன்.
நம்பவோ நம்பிக்கை இழக்கவோ நீர் எனக்கு எதுவும் தரத்
தேவையில்லை.
சொர்க்கமா நரகமா என்ற கவலையின்றி
அப்போதும் உம்மை நான் நேசிப்பேன்.

கொல்லிப்பாவை ஜூலை 1985

அலெக்ஸாண்டர் புஷ்கின்

அண்டங்காக்கை அண்டங்காக்கையிடம்

அண்டங்காக்கையிடம் அண்டங்காக்கை செல்கிறது.
அண்டங்காக்கையிடம் அண்டங்காக்கை கத்துகிறது.
சொல்லு, 'உன்னைத்தான் மகா பாவியே,
எங்கு கிடைக்கும் நம் பகல் உணவு?'
அண்டங்காக்கையிடம் அண்டங்காக்கை கூறுகிறது:
விரிந்து கிடக்கும் சமவெளியில்,
ஒரு காற்றாடி மரத்தின் கீழே,
வெட்டுண்டு கிடக்கிறான் ஒரு இளம் வீரன்.
அங்கு நம் பகல் உணவு. பறந்து செல்வோம்.
யார் அவனைக் கொன்றார்கள் என்பதும், ஏன் என்பதும்,
அவனது கறுப்புப் பெண் குதிரையே அறியும்.
அவனது வேட்டைப் பருந்தும், அவனுடைய மங்கையும் அறிவார்கள்.
காட்டுக்குப் பறந்து போய்விட்டது அவனது வேட்டைப் பருந்து.
அவனுடைய எதிரியுடன் சென்று விட்டது அவனது பெண் குதிரை.
அவளுடைய காதலனுக்காகக் காத்திருக்கிறாள் அவன் மங்கை.
இருப்பவனுக்காக; இறந்தவனுக்காக அல்ல.

கொல்லிப்பாவை ஜூலை 1985

ஜுவேன் ரேமன் ஜிம்னெஸ்

மஞ்சள் வசந்தம்

ஏப்ரல் வந்தது,
எங்கும் மஞ்சள் பூக்கள் நிறைந்தவாறு.
சிற்றோடை மஞ்சள்
புதற்வேலி, மலையோரம்,
குழந்தைகளின் இடுகாடு
காதல் ஆட்கொள்ளும் பழத்தோட்டம்
எல்லாம் மஞ்சள்.
சூரியன் சொட்டும் தன் ஒளியால்
பூமியை மஞ்சளாக எண்ணெய் தேய்த்துக் கொண்டிருந்தது
ஆ, பொன்னிற அல்லிகளே
வெது வெதுப்பான தங்க நிறத் தண்ணீரே
மஞ்சள் ரோஜாக்களின் மீது
மஞ்சள் வண்ணத்துப் பூச்சிகளே!
மரங்களுக்கு ஆரம் அணிவித்தன
மஞ்சள் மாலைகள்.
அந்த நாள் வாழ்வின் தங்க நிற விழிப்பில்
பொன் நறுமண
அனுக்கிரகமாக இருந்தது.
இறந்தோரின் எலும்புகளுக்கிடையே
கடவுள் தனது மஞ்சள் கரங்களைத் திறந்து கொண்டிருந்தார்.

கொல்லிப்பாவை ஜூலை 1985

அன்டானியோ மச்சடோ

நான் நேசித்த வீடு

ஒரு காலத்தில் நான் மிகவும் நேசித்த அந்த வீடு
அவள் குடியிருந்த அந்த வீடு
இப்போது இடிக்கப்பட்டு விட்டது.
அல்லது
சிதிலம் அடைந்து விட்டது.
கறுத்த, பூச்சி அரித்த மரத்தின்
எலும்புக் கூட்டை மட்டும்
இடிபாட்டுக் குவியலின் இடையே
காட்டிக் கொண்டு நிற்கிறது.
ஒரு கனவில்
சந்திரன்
ஜன்னல் கண்ணாடி மீது வெள்ளியைப் பூசி
தன் துல்லிய ஒளியைச் சிந்துகிறது.
என் அலங்கோல உடையில்
அந்த பழைய தெருவில்
நான் சுற்றி அலைந்து கொண்டிருக்கிறேன்,
துக்கத்துடன்.

கொல்லிப்பாவை ஏப்ரல் 1986

ழாக் ப்ரெவர்

காலை உணவு

அவன் தன்னுடைய கோப்பையில்
காப்பியை ஊற்றினான்
காப்பிக் கோப்பையில்
பாலை ஊற்றினான்
கோப்பை காப்பியிலும் பாலிலும்
சர்க்கரையை இட்டான்
தேக்கரண்டியால்
அதைக் கலக்கினான்
காப்பியையும் பாலையும் பருகினான்
கோப்பையை கீழே வைத்தான்.
என்னிடம் பேசாமல்
அவன் ஒரு சிகரெட்
பற்ற வைத்தான்
சுருள் வளையங்களை புகையால்
எழுப்பினான்.
சாம்பல் கிண்ணத்தில்
சாம்பலைத் தட்டினான்
என்னிடம் பேசாமல்
என்னைப் பார்க்காமல்
அவன் எழுந்திருந்தான்
அவனுடைய தொப்பியை
தலையில் வைத்துக்கொண்டான்
அவனுடைய மழைக்கோட்டை அவன்

அணிந்து கொண்டான்.
ஏனெனில் மழை பெய்து கொண்டிருந்தது
மழையில் அவன் வெளியே சென்றான்.
ஒரு வார்த்தை கூறாமல்
ஒரு பார்வை இல்லாமல்

நானோ
அழுதபடியே
என் கைகளில்,
என் தலையை ஏந்தினேன்.

கொல்லிப்பாவை ஜூலை 1986

திருவனந்தபுரம் மொழிபெயர்ப்புப் பட்டறை: நிகழ்வுகளும் பிரதிபலிப்புகளும்

இக் கவிதை மொழிபெயர்ப்புப் பட்டறை திருவனந்தபுரத்திலிருந்து சுமார் பத்து கிலோமீட்டர் தொலைவிலுள்ள வேளி என்ற சிற்றூரில் இளைஞர் விடுதி ஒன்றில் 19 – 9 – '86லிருந்து 27 – 9 – '86 வரையிலும் ஒன்பது நாட்கள் நடைபெற்றது. இடைபட்ட ஒரு ஞாயிறு விடுமுறையாக அமைய, மீதம் எட்டு நாட்களும் பட்டறைப் பணி நடந்தது. அடிப்படை ஒற்றுமைகள் கொண்ட தென்னிந்திய மொழிகளான தமிழ், தெலுங்கு, கன்னடம், மலையாளம் ஆகியவற்றைச் சார்ந்த கவிஞர்களும் அறிஞர்களும் இப்பட்டறையில் பங்கெடுத்துக் கொண்டனர். கவிதை மொழிபெயர்ப்பை நோக்கமாகக் கொண்ட இப்பட்டறையோடு, மொழிபெயர்ப்புப் பிரச்சினைகளை கவிதை மொழிபெயர்ப்பை அடிப்படையாக வைத்து ஆராயும் நோக்கம் கொண்ட கருத்தரங்கமும் இணைக்கப்பட்டது.

கேரளப் பல்கலைக் கழகத்தின் மலையாளச் சொல்லகராதித் துறையும், தென்னிந்திய இலக்கிய அகாடமியும் இணைந்து இந்த கருத்தரங்கையும், பட்டறையையும் உருவாக்கி இருந்தது. தென்னிந்திய மொழிகளைச் சார்ந்த கவிஞர்களுக்குள்ளும், அறிஞர்களுக்குள்ளும் நட்பையும் கலாச்சார உறவையும் உருவாக்குவதும் ஒரு மொழியைச் சேர்ந்த சிறந்த கவிதைகளை மற்ற மூன்று மொழிகளிலும் உடனடியாக மொழிபெயர்ப்பதன் மூலம் தென்னிந்திய மொழிகளுக்குள் நிலவும் மொழிபெயர்ப்புப் பிரச்சினைகளை தொகுத்து விவாதத்திற்குக் கொண்டு வருவதும் இப்பட்டறையை உருவாக்கியவர்களின் முக்கிய நோக்கமாக இருந்தது.

ஒவ்வொரு மொழியைச் சார்ந்த எட்டு கவிஞர்களும் – ஆக மொத்தம் முப்பத்திரண்டு கவிஞர்கள் – நான்கு மொழிகளிலிருந்தும் சுமார் இருபது அறிஞர்களும் – இவர்கள் மொழி அறிஞர்கள்

அல்லது இலக்கிய விமர்சகர்கள் – அழைக்கப்பட்டு இவர்கள் எட்டு குழுக்களாகப் பிரிந்து மொழிபெயர்ப்புப் பணியில் ஈடுபட வேண்டும். ஒவ்வொரு குழுவிலும் ஒரு மொழியைச் சேர்ந்த ஒரு கவிஞன் என்ற அளவில் நான்கு கவிஞர்களும், இரண்டு மூன்று மொழித் தேர்ச்சியாளர்களும் இடம் பெற வேண்டும். ஒவ்வொரு கவிஞனும் அவன் பட்டறைக்கு வருமுன் அவன் மொழியைச் சார்ந்த ஆயிரத்தித்தொள்ளாயிரத்து அறுபதுக்குப் பின் எழுதப்பட்டுள்ள கவிதைகளிலிருந்து, சிறப்பானவை என்று அவன் கருதும் இருநூற்றி ஐம்பது வரிகளை தேர்ந்தெடுத்துக் கொண்டு போக வேண்டும். நவீனப் பண்புகளுக்கு முக்கியத்துவம் அளித்தும், முக்கியமான கவிஞர்களின் படைப்புக்கள் விட்டுப் போகாமலும், அதிக கவிதைகளை மொழிபெயர்ப்பிற்கு முன்வைக்க வும், ஆயாசமில்லாமல் அவற்றை மொழிபெயர்க்கவும் வசதியாக கூடுமான வரையிலும் சிறுகவிதைகளைத் தேர்ந்தெடுத்துச் செல்ல வேண்டும் என்றும் கவிஞர்களுக்கு அறிவிக்கப்பட்டிருந்தது.

கவிதை மொழிபெயர்ப்பு நடந்த விதத்திற்கு ஒரு உதாரணம்: ஒரு குழுவைச் சேர்ந்த கன்னடக் கவிஞர் தன் கவிதை ஒன்றை வாசித்து அக்கவிதையின் பொருள், ஓசை, பார்வை பற்றி விளக்கம் தருகிறார். அவசியமெனில் அப்போது மொழி அறிஞர்கள் அக்கவிஞ னின் விளக்கத்தை மேலும் தெளிவுபடுத்தலாம். மற்ற மூன்று மொழியைச் சேர்ந்த கவிஞர்களும், அவருடைய லிபிகளில் கன்னட கவிதையை எழுதிக் கொள்கிறார்கள். ஆங்கிலத்தில் அளிக்கப்பட்ட விளக்கத்தையும் தனது லிபியில் எழுதப்பட்ட கவிதை வரிகளையும் ஆராய்ந்து ஒவ்வொரு கவிஞனும் அவனுடைய மொழியில் கன்னடக் கவிதையை மொழிபெயர்க்கிறான். இம்முயற்சியின் போது வெளிப்படும் மொழிபெயர்ப்புப் பிரச்சினைகளை, மொழி அறிஞர் களும், கவிஞர்களும் கவிதைப் பட்டறையின் இறுதி நாளில் நடக்க விருக்கும் கருத்தரங்கில் முன் வைக்கக் குறித்துக் கொள்ளவேண்டும். பிற மொழிகளிலும் இவ்வழி முறை பின்பற்றப்பட்டு மொழி பெயர்ப்புகள் நடைபெற்றன.

மொழிபெயர்க்கப்பட்ட கவிதைகள் நான்கு மொழிகளிலும் புத்தக வடிவம் பெறும். இதற்கான பொறுப்பை தென்னிந்திய இலக்கிய அகாடமி எடுத்துக் கொண்டிருக்கிறது. ஒவ்வொரு நூலும் சுமார் இரண்டாயிரம் வரிகளைக் கொண்டதாக இருக்கும். அச்சேற்றப்படும் முறைக்கு ஒரு உதாரணம். ஒரு மலையாள நூலை எடுத்துக் கொண்டால் அதில் நான்கு மொழிகளைச் சார்ந்த கவிதைகளும் இடம் பெற்றிருக்கும். தமிழ், தெலுங்கு, கன்னடக் கவிதைகளின் மூல உருவங்கள் மலையாள லிபியில் புத்தகத்தின் இடது பக்கமும் அக்கவிதையின் மலையாள மொழி பெயர்ப்புக்கள் வலது பக்கமும் அச்சேற்றப்பட்டிருக்கும். இதன் மூலம் ஒரு மலை யாள வாசகனுக்கு மூலக் கவிதையையும் மொழிபெயர்ப்பையும்

ஒப்பிட்டு வாசிக்கும் சந்தர்ப்பம் கிடைக்கிறது. இதே நடைமுறை மற்ற மொழிப் புத்தகங்கள் விஷயத்திலும் பின்பற்றப்படும்.

பட்டறையில் எழுந்த மொழிபெயர்ப்புப் பிரச்சினைகளைத் தொகுத்து வெளியிடும் நோக்கமும் தென்னிந்திய இலக்கிய அகாடமி கொண்டுள்ளது. இந்நூல் நான்கு தென்னிந்திய மொழிகளுக்கும் மேலாக ஆங்கிலத்திலும் வெளியிடப்படும்.

இக்கவிதைப் பட்டறையும் கருத்தரங்கமும் ஒரு சோதனை முயற்சியாகும். இது போன்ற ஒரு சோதனை முயற்சி, நான்கு மொழிகள் உள்ளிட்ட விரிவான களத்திலும், பல்வேறுபட்ட பார்வை கொண்ட கவிஞர்களை சந்திக்க வைக்கும் வகையிலும், கல்வித்துறை சார்ந்த கவிஞர்களையும், சாராத கவிஞர்களையும் இணைக்கும் வகையிலும் நடைபெற்றதில்லை என்று பல கவிஞர்களும், அறிஞர்களும் அபிப்பிராயப்பட்டார்கள். இச்சோதனை முயற்சி மிகுந்த பலன்களைத் தந்துள்ளது என்றும் இது போன்ற பட்டறைகள் இனியும் கூட்டப்பட வேண்டுமென்றும் பலரும் கருத்துத் தெரிவித்தனர்.

2

பட்டறை நடைபெற்ற வேளி ஒரு அழகான சிற்றூர். இளைஞர் விடுதி ஆடம்பர மற்றும், நவீன வசதிகள் கொண்டதுமாக இருந்தது. கட்டிடப் பராமரிப்பு சீராக இல்லாததால் சிறு அசௌகரியங்கள் இருந்தன. கவிஞர்கள் அவற்றைப் பொருட்படுத்தவில்லை. பிற மொழிக் கவிஞர்களை சந்தித்ததை விடவும் தம் மொழி சார்ந்த கவிஞர்களை சந்தித்ததிலேயே கவிஞர்கள் அதிக மகிழ்ச்சி கொள்வதுபோல் தோன்றிற்று. கவிஞர்களை கவிதைத் தொழிலை மேற்கொள்ளும்படி கேட்டுக்கொள்ளப்பட்ட அபூர்வ சந்தர்ப்பம் வாய்த்திருந்ததும் இயற்கையின் அற்புதப் பின்னணியும் அவர்களுக்கு உற்சாகம் ஊட்டியிருந்தன. இளைஞர் விடுதியைச் சுற்றி வர மரங்கள். முன் பக்கம் உப்பங்குழி. விடுதியின் மாடியிலிருந்து பார்த்தால் தெரியும்படி கடல். விடுதியிலேயே உணவும் பரிமாறப்பட்டது.

தமிழ் மொழி தவிர மற்ற மொழிகளிலிருந்து வந்த கவிஞர்கள் அதிகமும் கல்வித் துறையை சார்ந்தவர்கள். அம் மொழிகளில் அக்கவிஞர்களின் ஸ்தானம் பற்றி அதிகம் தெரிந்துகொள்ள வாய்ப்பில்லை. இருப்பினும் பொருட்படுத்த தகுந்த கவிஞர்கள் எல்லா மொழிகளிலிருந்தும் வந்திருப்பதான எண்ணமே ஏற்பட்டது. எல்லோரும் இளைஞர் விடுதியிலேயே தங்கி சேர்ந்து வாழ்ந்து உறவாட வேண்டும் என்பதும் அமைப்பாளர்களின் நோக்கமாக இருந்தது. பட்டறைக்குப் பிந்தி வருவதையோ, இடை நாட்களில் காணாமல் போவதையோ பட்டறை முடியுமுன் விடை பெற்றுக் கொண்டு விடுவதையோ அவர்கள் விரும்பவில்லை. இந்த லட்சியங்களை பூர்த்தி செய்யும் வகையிலேயே கவிஞர்கள் பெரிதும்

நடந்து கொண்டார்கள். மலையாளக் கவிஞர்கள் திருவனந்த புரத்தையோ, திருவனந்தபுரத்தின் சுற்றுப்புறத்தைச் சார்ந்தவர்களாக இருந்ததால் விடுதியில் தங்காமல் மாலையில் வீடு திரும்பி விடுவது ஒரு குறையாகவே இருந்தது. முக்கியமான பல மலையாளக் கவிஞர் களும் பங்கெடுத்துக்கொள்ளவில்லை என்ற உணர்வும் ஏற்பட்டது. புகழ்பெற்ற கவிஞரான டாக்டர் ஐயப்பப் பணிக்கரும், விமர்சகரும் கவிதையில் தனியான ஈடுபாடு கொண்ட திரு.கே.எஸ். நாராயண பிள்ளையும் முழு வேகத்துடன் கருத்தரங்குகளில் பங்கெடுத்துக் கொண்டு, மலையாள மொழிப் பிரதிநிதித்துவத்திற்கு நிறைவு செய்து கொண்டிருந்தார்கள்.

தமிழிலிருந்து க.நா.சு., டாக்டர் எஸ். அப்துல் ரகுமான், 'சிற்பி' பாலசுப்பிரமணியம், ஞானக்கூத்தன், நகுலன், பசுவய்யா, நீல பத்மநாபன் ஆகிய கவிஞர்களும், டாக்டர் கே. சுப்பிரமணியம், டாக்டர்.பி. சௌரிராஜன், டாக்டர் டானியர் தேவசங்கீதம், டாக்டர் எஸ்.வி. சுப்பிரமணியம், பேராசிரியர் டி. யேசுநாதன் ஆகிய தமிழ் அறிஞர்களும் கலந்து கொண்டார்கள். முன் தயாரிப்புக்களை மற்ற மொழிக் கவிஞர்களை விடவும் தமிழ்க் கவிஞர்கள் சிறப்பாக செய்திருந்ததன் விளைவு பட்டறையில் வெளிப்பட்டது தமிழிலிருந்து மொழிபெயர்க்கப்பட வேண்டிய கவிதைகளைத் தேர்ந்தெடுக்கும் பொருட்டு தமிழ்க் கவிஞர்களின் கூட்டம் முதல் நாள் நடைபெற்றது. வித்தியாசமான பார்வை கொண்ட தமிழ்க் கவிஞர்கள் அவரவர் தேர்வுகளைக் கூறிக்கொண்டு வர மொத்தப் பட்டியல் ஜனநாயகப் பண்புகளில் விரிந்தது. பிற மொழிகளுக்கு அளிப்பதற்காக 41 கவிஞர்கள் தேர்ந்தெடுக்கப்பட்டு அவர்களுடைய கவிதை ஒவ்வொன் றும் பொறுக்கப்பட்டது. க.நா.சு., ஆத்மாநாம், சி. மணி, பசுவய்யா, நகுலன், ஞானக்கூத்தன், நீல பத்மநாபன், தருமூ சிவராம், கங்கைகொண்டான், எஸ். வைத்தீசுவரன், தி.சோ.வேணுகோபாலன், இரா. மீனாட்சி, கலாப்பிரியா, கல்யாண்ஜி, சிற்பி, அப்துல் ரகுமான், அபி, மீரா, புவியரசு, நா. காமராசன், ந. பிச்சமூர்த்தி, மு. மேத்தா, சண்முக சுப்பையா, சக்திக்கனல், தமிழன்பன் இன்குலாப், சுகுமாரன், நாரணோ ஜெயராமன், வண்ணநிலவன், தேவதேவன், தேவதச்சன், ஆனந்த், வைரமுத்து, பிரதீபன், தேனரசன், விக்கிர மாதித்தன், பிரம்மராஜன், அறிவுமதி, நிமல விஸ்வநாதன், காசியபன், நீலமணி ஆகியோரின் கவிதைகளை ஏழு தமிழ்க் கவிஞர்களும் தம் தம் குழுவில் அறிமுகப்படுத்தும் வகையில் பங்கு போட்டுக் கொண்டார்கள். பங்கெடுக்கும் கவிஞர்கள் அவரவர் கவிதையை அவர்களே அறிமுகப்படுத்துவது என்றும் முடிவாயிற்று.

என் குழுவில் மலையாளக் கவிஞர்கள் டாக்டர் தேசமங்கலம் ராமகிருஷ்ணனும், திருநல்லூர் கருணாகரனும் (திருநல்லூர் கருணாகரன் முதல் நாளும் கடைசி நாளும், ராமகிருஷ்ணன் முதல் நாள் தவிர மற்ற நாட்களிலும்) பங்கெடுத்துக் கொண்டார்கள்.

இவர்களைத் தவிர டாக்டர் ஆர். சந்திரசேகர ரெட்டியும் (தெலுங்கு) பேராசிரியர் ஆர். வேணுகோபால் காசர்கோடும் (கன்னடம்) கலந்து கொண்டனர். மொழி அறிஞர்களாக என் குழுவில் பணியாற்றியவர்கள் டாக்டர்.பி. சௌரிராஜனும் (தமிழ்) விமர்சகர் கே.எஸ். நாராயண பிள்ளையும் (மலையாளம்) ஆவர். நான் அறிமுகப் படுத்திய நான்கு கவிதைகள்; 'கன்னியாகுமரியில்' (பசுவய்யா) 'ஊமை' (தருமூ சிவராம்) 'அறைவெளி' (சி. மணி) 'பெருநகர்ப் பிராயம்' (பிரம்மராஜன்) ஆகியவையாகும். பெருநகர்ப் பிராயம் என்ற கவிதையை விளக்குவதில் எனக்குப் பிரச்சினைகள் இருந்தன. கவிதையில் வரும் குறியீடுகளுக்குத் தவறான விளக்கம் அளித்து விடுவேனோ என்ற அச்சத்தில், அக்கவிதையின் வார்த்தைகளுக் குரிய அர்த்தத்தை மட்டும் தந்து விட்டு, மற்றொரு குழுவில் பணியாற்றிக் கொண்டிருந்த க.நா.சு.வை அழைத்துக்கொண்டு வந்து என் குழுவினருக்கு அக்கவிதை பற்றி விளக்கம் தரக் கேட்டுக்கொண்டேன். நான் அறிமுகப்படுத்திய தமிழ்க் கவிதைகள் கன்னட, தெலுங்கு மொழிபெயர்ப்புகளில் எந்த அளவுக்கு சீராக இறங்கிற்று என்பதை எனக்குச் சொல்லத் தெரியவில்லை. ஆனால் மலையாள மொழிபெயர்ப்புக்கள் நன்றாகவே வந்திருந்தன. முக்கியமாக சி. மணியின் 'அறை–வெளி'யும் (மொழிபெயர்த்தவர் திருநல்லூர் கருணாகரன்) பிரம்மராஜனின் 'பெருநகர்ப் பிராய'மும் (மொழிபெயர்த்தவர் தேசமங்கலம் ராமகிருஷ்ணன்). நான் அறிமுகப் படுத்திய கவிதைகளில் என் குழுவினர் அதிகமும் விரும்பியது பிரம்மராஜனின் பெருநகர்ப் பிராயம் என்ற கவிதையை, தமிழ்க் கவிதைகளின் உள்ளோட்டங்களை என் குழுவைச் சார்ந்த மலை யாளக் கவிஞர்களும் கன்னடக் கவியும் சிறப்பாக வாங்கிக் கொண்டது போல் எனக்குப்பட்டது. அதிலும் டாக்டர் தேசமங் கலம் ராமகிருஷ்ணனும், பேராசிரியர் வேணுகோபால் காசர்கோடும் நவீனத்துவத்தின் பாதிப்புக்களைக் கொண்டு நவீன கவி மொழியில் அதிக ஈடுபாடு கொண்டவர்களாகவும் இருந்தார்கள். நான் மலை யாளம் (ஐந்து), தெலுங்கு (நான்கு), கன்னடம் (நான்கு) ஆகிய மொழிகளிலிருந்து ஆகப் பதிமூன்று கவிதைகளைத் தமிழுக்குக் கொண்டு வந்திருக்கிறேன். இவற்றில் நான்கு கன்னடக் கவிதை களின் மொழிபெயர்ப்புக்கள் இவ்விதழ் கொல்லிப்பாவையில் வெளிவந்துள்ளன.

3

கிரியா சக்தியில் மட்டுமே தன் நம்பிக்கையை வைத்துக்கொண் டிருக்கும் ஒரு சுதந்திரக் கலைஞன் இங்கும் சரி பிற தேசங்களிலும் சரி, கல்வித்துறை அமைப்புக்கள் சார்ந்தும், இயக்கங்கள் சார்ந்தும் உருவாகி வரும் படைப்பு முயற்சிகளை சந்தேகக் கண் கொண்டே பார்த்து வருகிறான். பயன்கலைப் பகுதியைச் சார்ந்த ஆராய்ச்சிகள் இலக்கியத் துறையின் ஒரு ஓரம் என்றால் அதன் எதிர்த்துருவம்

கிரியாசக்தியின் வீச்சு. கல்வித்துறை அமைப்புக்கள் இலக்கியத்தின் பயன்கலைப் பகுதியைச் சார்ந்து இயங்கும்போது லட்சிய விளைவு களை எட்டுவதற்கான வாய்ப்பு அதிகம் கொண்டிருக்கின்றன. இங்கு உண்மையான உழைப்பே நோக்கங்களை பூர்த்தி செய்து விடுகிறது. பயன்கலைத் துறைகளிலிருந்து படைப்புத் துறைகளுக்கு கல்வித்துறை அமைப்புக்கள் நகரும்போது பெரும்பாலும் வெற்றிகள் கூடுவதில்லை. பதவி ஏணியில் ஆராய்ச்சிப் பணியை ஒரு படியாக கருதுதல், பட்டம் பெறும் வகையில் உண்மைகளை பலியிட்டு அமைப்புக்கு விசுவாசமாக செயல்படும் போக்கு, பட்டம் அறிவின் இறுதிக்கோடு என்ற தன் மயக்கம், சார்ந்து நிற்கும் நிறுவனங்களின் பிரதிபலிப்பு கௌரவங்கள் சார்ந்த மயக்கங்கள், தனது பணி விமர்சன வட்டத்தின் கவனத்திற்கு வராது என்ற கணிப்பு, இவை பெரும் அசிரத்தைகளை ஏற்படுத்தி அதிகபட்ச வெற்றிகளை அடைய முடியாமல் தடுத்து விடுகின்றன.

சுதந்திரக் கலைஞனுக்கும் கல்வித்துறை சார்ந்த படைப்பாளிக்கு மான இடைவெளி இன்றும் புகைமூட்டமாகத் தொடர்ந்து கொண் டிருக்கிறது. பார்வைகள் முன் வைக்கப்பட்டு கருத்து வேற்றுமை களில் நுட்பம் கூடி துல்லியப்படுவது ஒன்று. முன் முடிவுகள், பரஸ்பர அலட்சியங்கள் சார்ந்து விலகி நின்றுகொண்டிருப்பது மற்றொன்று. முன் முடிவுகள் பரஸ்பர உறவுகள் அற்ற நிலையில் இறுகுகின்றன. சுவர்கள் முளைத்து பிளவுபட்டுக் கிடக்கும் கலாச் சார சக்திகளின் மானசீக இழுபறிகள் தேக்க நிலைகளை உருவாக்கு கின்றன.

கல்வித்துறை அமைப்புக்கள் ஆக்கங்கள் சார்ந்து இயங்க முற்படு வதும், படைப்பாளிகள் கல்வித்துறை சார்ந்து அதிக அளவில் உருவாகி வருவதும் ஒரு நவீன இந்திய அதிசயம் ஆகும். நான் எழுத ஆரம்பித்த ஐம்பதுக்களில் கூட டாக்டர். மு.வ. ஒருவரே படைப்புச்சக்திக்கு உதாரணமாக, தவறாகவேனும் காட்டும் வகை யில், நம் மொழியில் கல்வித்துறை சார்ந்து இருந்தார். இன்று கல்வித்துறை படைப்பாளிகள் அநேகர் பிற இந்திய மொழிகளில் நிகழ்வது போலவே இங்கும் இவர்கள் பிற இலக்கிய உருவங்களை விடவும் கவிதையிலேயே அதிக நாட்டம் கொள்கின்றனர். கவிதை ஒரு 'வான வெளிப்பயணம்' என்ற தவறான கற்பனையோ அல்லது அவ்வாறு இயங்குவதால் படைப்புக்கள் உத்யோக பூர்வமான உறவுகளில் நெருடல்களை ஏற்படுத்தாத சௌகரியமோ, அல்லது இக்காரணங்களின் இணைவினாலோ, கவிதை இவர்களுடைய முதல் காதலாக உருவாகிக்கொண்டு வருகிறது. திருவனந்தபுரம் கவிதைப்பட்டறையில் தெலுங்கு, கன்னட மொழியைச் சார்ந்து வந்திருந்தவர்களில் அநேகர்—அல்லது அனைவருமே—கல்வித்துறை சார்ந்தவர்கள் என்று சொல்லிவிடலாம். இந்த நூற்றாண்டின் இறுதியில் மொத்த இந்தியக் கவிஞர்களில் பெரும் பகுதியினர்

கல்வித்துறை சார்ந்தவர்களாக அமைய, சுதந்திரக் கவிஞன் ஒரு விதிவிலக்கான விசித்திர ஜீவியாக கருதப்படலாம். அப்போது அவனுடைய பார்வையும் படைப்பும் இப்போது இறுகிக்கொண்டிருக்கும் இடைவெளியின் தொடர்ச்சியாக முற்றாக ஒடுக்கப்படலாம். இப்போதே பட்டம் பெறாக கவிக்குரலை விட்டு விட்டு பட்டம் பெற்ற கவிக்குரலை தேர்வு செய்யும் பாரபட்சம் கல்வித்துறைக்குள் ஊடுருவியிருக்கிறது.

ஒரு கவிஞன், அவன் உன்னதக் கலைஞன் எனில், சுதந்திரத்திலிருந்தும் வெளிப்படையான தன் போக்குகளிலிருந்தும், உண்மைகளிலிருந்தும் ஜீவசக்தியை உறிஞ்சிக்கொண்டிருப்பவன். அமைப்பு, அதிகாரத்தையும் பணபலத்தையும் சார்ந்தது. பரஸ்பரம் இங்கிதம் கூறி அடுத்தவரின் திருப்தியைப் பெற்று கூட்டு லாபம் அடையும் நோக்கங்கள் கொண்டது. சுதந்திரத்திற்கு எதிரானது. கருத்து வேற்றுமைகளை வெளிப்படையாக வைக்கும் நாகரிகம் இல்லாதது. செயல் மூலம் தன் இச்சைகளை அமுல்படுத்திவிடலாம் என்ற தந்திரம் கொண்டது. வணிகப் பத்திரிகைகள் எப்படி வாசக எண்ணிக்கையின் அசுரபலத்தை நம்பி சுதந்திரக் கலைஞனை ஒடுக்குகிறதோ அதேபோல் கல்வி அமைப்புக்களும் மாணவர் பலத்தைச் சார்ந்தும் அவர்களது கல்வி மூளையை உருவாக்கும் நிர்வாக அதிகாரத்தைச் சார்ந்தும் சுதந்திரக் கலைஞனைப் புறக்கணிக்கும் இயல்புகளையே கொள்கின்றன. கடைசியில் ஏதோ ஒரு விதத்தில் எப்போதும் இலக்கியத்தின் தரம் பின்தள்ளப்பட்டு விடுகிறது. தேசங்களைச் சார்ந்து. மொழிகளைச் சார்ந்து. பிறப்பைச் சார்ந்து. ஜாதியைச் சார்ந்து. கொள்கையைச் சார்ந்து குரோதங்களைச் சார்ந்து. புலமையைச் சார்ந்து. பட்டங்களைச் சார்ந்து. தமிழிலோ தரத்தைப் புறம் தள்ளும் முக்கியமான மூன்று சக்திகளும் – பத்திரிகைகளும் வெகுஜன தொடர்புகளும், கல்வி அமைப்பைச் சார்ந்த நிறுவனங்கள், திரைப்படங்கள் – மிக வலுவானவை. இறுதியில் மக்களின் மூளையைத் தீர்மானிப்பவை இவைதாம். இந்தத் துறையைச் சார்ந்த தூண்களின் பார்வையைச் சார்ந்து தான் அரசின் ஊக்கங்களும் நிகழ்கின்றன. சுதந்திரக் கலைஞர்களுக்கு இந்தச் சரிவுகளைக் கவனிக்க நேரம் இல்லை. தலை நிலப்பரப்பிலிருந்து துண்டாடிப் போன ஒரு கோழிமுட்டை தீவில் பதவியைக் கைப்பற்ற போடும் மானசீகச் சண்டைகளுக்கே அவர்களுக்கு நேரம் பற்றாமல் இருக்கிறது. இந்தச் சண்டையில் சிந்தப்படும் ரத்தம்தான் இலக்கிய விமர்சனங்கள் என்றும் அவர்கள் சாதிப்பார்கள்.

இந்நிலையில் கல்வித்துறை சார்ந்த படைப்பாளிகளுக்கும் சுதந்திரக் கலைஞர்களுக்கும் இடையில் ஆரோக்கியகரமான விவாதங்கள் நிகழ வேண்டியது அவசியமாக இருக்கிறது. இவ்விவாதங்கள் மூலம் இரு தரப்பினருமே பயன் பெற்று பரஸ்பரம்

முன் முடிவுகள் சார்ந்த தவறான எண்ணங்களை தீர்த்துக்கொள்ள முடியும். இதுபோன்ற ஒரு விவாதம்தான் கல்வித்துறை சார்ந்த அறிஞர்களை சிறிய அளவிலேனும் பாதிக்கவும் கூடும். இவ்வுறவுகள் உருவாகும் திசை நோக்கி திருவனந்தபுரம் கவிதை பட்டறை ஒரு அடி எடுத்து வைத்திருப்பதான உணர்வு ஏற்பட்டது.

இன்றைய இந்திய வாசகனுக்கு இன்றைய இந்திய இலக்கிய அனுபவம் இல்லை. அவன் மொழி வழி துண்டாடப்பட்டுக் கிடக்கிறான். இந்தத் துண்டாடல் பற்றிய கலாச்சார விசனம் கூட இன்று அவனுக்கு இல்லை. மேற்கத்திய இலக்கியத்தை அறைகுறையாகப் புரிந்து கொண்ட நிலைகூட அவனுக்கு ஒரு கௌரவமாகவும் இந்திய இலக்கியத்தைப் பற்றிய அறியாமை ஒரு இயற்கை நிலையாகவும் இருந்து கொண்டிருக்கிறது. ழீன் பால் சார்த்தின் பெயர் தெரியாமல் போனதில் வெட்கம் அடையும் தமிழ் வாசகனும் சரி, எழுத்தாளனும் சரி, சிவராம் கரந்தை அறியாமல் இருந்து கொண்டிருப்பது இயற்கையான காரியம் என்று நினைக்கிறான். இன்றைய படைப்பாளிக்கும் சரி, இன்றைய தமிழ் வாசகனுக்கும் சரி, ழீன் பால் சார்த்தை விட அதிக நன்கொடையையும் அதிக ஆதர்சத்தையும் தர சிவராம் கரந்தை ஒத்த இந்தியக் கலைஞர்களால் தான் முடியும். ஒரு பெரிய தாண்டல் நம்மிடம் நிகழாத வரையிலும் ழீன் பால் சார்த்தோ அவன் தரத்தைச் சார்ந்த படைப்பாளியோ சிந்தனையாளனோ நம்மைச் சிறிதும் பாதித்துவிட முடியாது. அதுவரையிலும் ஆக்கங்களுக்கு அல்ல பீத்தலுக்கே இந்தப் பெயர் கள் பயன்படும்.

இந்திய மொழிகள் ஒவ்வொன்றிலுமே இன்று பொருட்படுத்தத் தகுந்த முயற்சிகள் நடந்து கொண்டிருக்கின்றன. இம்மொழிகள் சார்ந்த உன்னதப் படைப்புக்கள் மொழிமாற்றம் கொள்ளும் என்றால் ஒவ்வொரு மொழியைச் சார்ந்த கலைஞனும் கூட்டு அனுபவத்தால் அதிக மனோபலத்தையும் அதிக உத்வேகத்தையும் பெற முடியும். ஏனெனில் பல ஒற்றுமைகள் கொண்ட கலாச்சாரத் திலிருந்து வாழ்க்கை முறைகளிலிருந்தும் இப்படைப்புக்களின் வேர்கள் தம் ஜீவ சக்தியை உறிஞ்சிக்கொண்டிருக்கின்றன. மேற்கத் திய வாழ்வுக்கும் நமக்குமான இடைவெளி மேற்கத்திய இலக்கியத் திலிருந்து நாம் பெறும் பாதிப்பை எப்போதும் கடினமாக்கி, அப்பாதிப்பை பெற்ற நிலையில் செயற்கையாக வெளிப்பட வைத்து, மோகங்கள் தீர்ந்த பின் ஆக்கங்களின் அடிச்சுவடுகள் கூட இல்லாமல் அடித்து விடுகிறது. டி.எஸ்.இலியட் இந்திய மொழிகளில் ஏற்படுத்திய பாதிப்பு இன்று எல்லா இந்திய மொழி களிலும் உதிர்ந்து போய்விட்டது. மட்டுமல்ல; அப்பாதிப்பின் மூலம் பெரிய ஆக்கங்கள் எவையும் பெற முடிவதில்லை என்பதும் நிதர்சனமாகி விட்டது. கடந்த கால ஆக்கங்களைப் பார்க்கும் போதும் மேற்கத்தியப் படைப்புக்களை விடவும் ஐரோப்பிய

படைப்புக்கள் நம்மை வெகுவாக பாதித்துள்ளது தெரியவரும். இந்தியப் படையின் உன்னதங்கள், இன்றைய நிலையில், ஐரோப்பிய படைப்புக்களை விட நம்மைப் பாதிக்க வலுக்கொண்டவை. ஒரு ஆரம்பமாக இப்பாதிப்புக்கள் நிகழ வேண்டும். இப்பாதிப்புக்கள் இயற்கையாகவும் கசங்கலின்றி நிகழக்கூடியவை. இவ்வாறு நம் பார்வை இயற்கையாக விரிவு படாமல் நம் வாழ்வின் மீது கூறான விமர்சனங்கள் தோன்றா. பார்வை சுருங்கி விமர்சனங்கள் மழுங்கிக் கிடக்கும் நிலையில மேலான படைப்புக்கள் தோன்றவும் வாய்ப்பில்லை. வாழ்க்கை, உருவாகி வருவது என்ற கற்பனையி லிருந்து, வாழ்க்கை, உருவாக்கப்படுவது என்ற நிலைதான், வாழ்வு சார்ந்த கூறான விமர்சனங்களுக்கே அடிப்படையாக இருந்திருக் கிறது. படைப்பு நிலையிலேனும் இந்த உத்வேகத்தை உணராத கலைஞன் எவனும் உன்னதப் படைப்புக்களை உருவாக்கித் தந்த தற்கு இலக்கியச் சரித்திரத்தில் சாட்சியம் இல்லை. இன்று இந்திய மொழிக்கலைஞர்களுக்குள் நேரடித் தொடர்புகள் நிகழ்ந்து உன்னதப் படைப்புக்கள் கூட்டு முயற்சிகளாக மொழி மாற்றம் காண வேண்டும். இதன் மூலம் நம் பார்வை விரிந்து மனவிகாசம் கொள்ள வாய்ப்புண்டு.

அமைப்பின் துணை பல நிர்வாகப் பிரச்சினைகளைத் தீர்த்து விடுகிறது. அமைப்பு அளிக்கும் வசதிகளுக்கு நல்ல உதாரணமாக இருந்தது கவிதைப்பட்டறை. தனி மனித முயற்சிகள் இவ்விளைவு களை உருவாக்குவது கடினம். அமைப்பின் சாதகங்களை உணரும் போதே அதை ஊக்குவிக்கத் தடையாக அமைப்பின் பாதகங்கள் மனதை உறுத்திவிடுகின்றன. அமைப்பு எப்போதும் தர நிர்ணயங் களுக்கு எதிராக வந்து விடுகிறது. படைப்பில் உள்ளூறைந்திருக்கும் குணங்களைச் சார்ந்து அதன் தரம் அமைந்திருக்க அளவு, புகழ், பதவி, பிரதிநிதித்துவம் ஆகிய அளவுகோல்களை அமைப்பு ஊக்கு விக்கிறது. தரத்தோடு நடுத்தரமும் தரமற்றவையும் கலக்கின்றன. கொடுக்கலும் வாங்கலும் இந்த அளவுகோல்களை ஆதாரமாக வைத்து நிகழ்கின்றன. மோசமான கவிதைகளை மொழிபெயர்க்கக் கொடுத்த குற்றத்திற்காக மோசமான கவிதைகளை மொழிபெயர்க் கும் தண்டனையும் கிடைக்கிறது.

மொழிபெயர்ப்புக்களில் கல்வித்துறை அறிஞர்கள் ஏதும் பெரிய பங்கு ஆற்ற முடியவில்லை. நம் கல்வித்துறை அறிஞர்களுக்கு நவீன இலக்கியத்தின் போக்குகள் பற்றிய பிரக்ஞை இருப்பதாகவும் தெரியவில்லை. பட்டறையில் என்னைச் சந்தித்த ஒரு தமிழ் அறிஞர் அப்போதுதான் என்னுடைய பெயரை முதல் தடவையாகக் கேள்விப்படுவதாகச் சொன்னார். நான் இன்னும் அவரை எட்டாத தில் எனக்கு வருத்தம்தான். எட்டியிருக்க என்ன செய்திருக்க வேண்டும் என்பதும் எனக்குத் தெரியவில்லை. இவர்கள் விளக்க முன் வரும்போது கவிதையின் நுட்பம் காயப்படுகிறது. கவிதையைக்

காயப்படுத்த வேண்டும் என்ற நோக்கம் இவர்களுக்கு இல்லை. மௌனமாக அசைபோடலை வாசகனிடம் கேட்கும் ஒரு கவிதையின் குணத்திற்கும் விளக்கங்களைச் சார்ந்து உயிர் வாழும் அறிஞர்களின் குணங்களும் முரண்பாடுகள் உள்ளன.

தென்னிந்தியக் கவிதைகள் மொழிபெயர்க்கப்பட ஆங்கில விளக்கங்கள் அதிகமும் தீமையையே அளிக்கின்றன. வட மொழிச் சொற்கள் மூலமும் திராவிடச் சொற்கள் மூலமும் சுலபமாக பரிமாற்றம் கொள்ளும் கருத்து உருவங்கள் கூட ஆங்கிலமொழி பெயர்ப்பில் செயற்கையாகி விடுகின்றன. தென்னிந்திய மொழிகளில் ஏதேனும் ஒன்றை சிறிய அளவில் அறிந்த ஒரு தமிழ்க் கவிஞன் கூட, அம் மொழிக் கவிஞனுடன், அமைப்புக்களுக்கு அப்பால், தனியான உறவை உருவாக்கிக்கொண்டு கவிதை மொழிபெயர்ப்புக்களில் கொடுக்கல் வாங்கல்களை இன்று நிகழ்த்த முடியும். இவ்வாறு தனியான உறவுகளை ஏற்படுத்திக்கொண்டு, அமைப்புக்களுக்கு அப்பால் நின்று, தரமான கவிதைகளை மொழிமாற்றம் செய்ய வேண்டிய அவசியத்தை வற்புறுத்தி பலரும் தனி சம்பாஷணைகளில் பேசினார்கள். இவர்களில், எனக்குத் தெரிய வந்தவர்களில் அதிக அக்கறை கொண்டவர்கள் என்று டாக்டர் தேசமங்கலம் ராமகிருஷ்ணன் (மலையாளம்). கே.சிவா ரெட்டி (தெலுங்கு) டாக்டர் சுமதீந்திரநாடிக் (கன்னடம்) ஆகியவர்களைக் குறிப்பிடலாம். தென்னிந்திய மொழிகளில் ஏதேனும் ஒன்றை அறிந்த தமிழ்க் கவிஞர்கள் இவர்களுடையவோ அல்லது இவர்களை ஒத்தவர்களுடையவோ துணைகளைப் பெற்று மொழிபெயர்ப்புப் பணிகளைத் தொடர வேண்டும். அமைப்புக்கள் உருவாக்கும் உறவுகளை அடிப்படையாக வைத்து அமைப்புக்களின் ஊனங்களைத் தாண்டிப் போக முடியுமா என்று நாம் பார்க்க வேண்டும்.

கன்னடக் கவிதைகள்

ஏ.கே.ராமானுஜம்

உனக்கு அந்தப் பறவை வேண்டுமென்றால்

மங்கோலியாவில் அந்த அரசன் இருந்தான்
என்பதை நீ அறிவாய்.
தூரதேசம் ஒன்றைப் பிடிக்க அவன் படையெடுத்துச் சென்றான்.
அங்கு அபூர்வப் பறவை ஒன்றின் பாடலைக் கேட்டான்.
அந்தப் பாடல் அவனுக்கு வேண்டுமென்று தோன்றிற்று.
அந்தப் பாடலுக்காக அந்தப் பறவையும்,
அந்தப் பறவைக்காக அதன் கூடும்,
அந்தக் கூட்டிற்காக அந்தச் சுள்ளியும்,
அந்தச் சுள்ளிக்காக அந்த மரக்கிளையும்,
அந்த மரக்கிளைக்காக அந்த மரமும்,
அதன் வேர்களும்,
வேரடி மண்ணும்
அந்த ஊரும்
நீரும்,
அந்த ஊர் முழுவதும்,
அந்த தேசம் முழுவதும்,
அவனுக்கு வேண்டுமென்று தோன்றிற்று.
படைகளும் தேர்களும் யானைகளும் குதிரைகளும் கொண்ட
அவன்
அந்த தேசத்தை போரிட்டுப் பிடித்தான்.
அதன் பின் அவன் ஊர் திரும்பவில்லை.

கன்னடத் தலைப்பு : 'ஆ ஹக்கி பேகாதரே'

வேணுகோபால் காசர்கோடு

நீ

உனக்குத் தெரியுமா
சிலந்திக்கும் உனக்குமான வித்தியாசங்கள்?
உடல் மெழுகிலிருந்து வலையை நெய்கிறது சிலந்தி;
நீ கைவைப்பது பிறரின் ரத்தத்திலும் சதையிலும்.
தன் உணவைத் தானே தேடுகிறது சிலந்தி;
நீ ஆணையிட்டுக்கொண்டிருப்பது அடுத்தவனிடம்.
உணவுக்காக புழுக்களைக் கொல்கிறது சிலந்தி;
நீ இன்பத்திற்காகக் கொன்றொடுக்குவது சக மனிதனை.
உடனடி உண்ணாது காத்திருக்கிறது சிலந்தி;
நீயும் காத்திருக்கிறாய், பிணங்களின் எலும்புத் துண்டுகளுக்காகக்கூட.
வாய் நுனியில் விஷம் சிலந்திக்கு:
உனக்கோ உறுப்புக்கள் அனைத்திலும்.

கன்னடத் தலைப்பு: 'நீவு'

சுப்பண்ணா ரங்கநாத் எக்குண்டி

விசும்பல்

மேகங்களில் நல் முத்துக்களின் விதைகளை எவரும் விதைப்பதில்லை.
சொர்க்கத்தின் இறகுமுளைத்த குதிரைகளில் எவரும் சவாரிசெய்வதில்லை.
வர்ணங்களின் உலகங்களில் ஒளித் தேர்களை எவரும் இழுப்பதில்லை.
கடவுளின் கருணையை மணல் துகள்களில் எவரும் அளப்பதில்லை.
சோலைப் பறவையின் பாடலின் சிலிர்ப்பை எவரும் உணர்வதில்லை.
தங்க மலையின் சிறிய பாதைகளில் எவரும் நடப்பதில்லை.
பத்துத் திசைகளிலும் சிதறும் காற்றை எவரும் ஆணையிட்டு அழைப்பதில்லை.
உனக்கும் எனக்குமான இதய வாசலை எவரும் திறக்கவில்லை.
தாகமெடுக்கும் பாலைவனத்தின் துன்பங்களை எவரும் அறிவதில்லை.
பசியின் கண்கள் திறந்து விட்டால் எவரும் மீண்டு வருவதில்லை.
தெருவில் கைவிடப்பட்ட குழந்தைகளுக்கு எவரும் பாலூட்டுவதில்லை.
எவரெஸ்ட் சிகரத்தில் ஏற வலுக்கொண்ட கால்கள் எவருக்குமில்லை.
சபரியின் ஆசிரமத்துப் பழங்களின் ருசியை எவரும் அறிந்ததில்லை.
புரிதலின் அன்பையும் தேனையும் எவரும் பருகியதில்லை.
கடலின் சாஸ்திரங்களுக்கு எவரும் உரை எழுதியதில்லை.
உனக்கும் எனக்கும் இடையிலான கதவை எவரும் திறக்கவில்லை.

கன்னடத் தலைப்பு: 'கொரகு'

சுப்பராய சுக்கோடி

பறந்து போன அந்தப் பறவை

ஒரு பாடலை தன் பின்னே விட்டு விட்டு
பறந்து போயிற்று அந்தப் பறவை.
புல் தரைகளில் அப் பாடல் ரீங்கரித்தது.
அது எழுப்பிய ஓசையில்,
அதன் தோற்றம் கவனிக்கப்படாமற் போயிற்று.
அதன் இசையில்,
அதன் இருப்பு புறக்கணிக்கப்பட்டது.
இப்போது அதன் கூர் அலகும்,
வளைந்த கழுத்தும்,
செதிள்களில் வானவில் தெளிப்பும்,
அதன் நடை அழகும்,
வால் அசைவின் குறும்புகளும்,
நினைவில் தெரிகின்றன,
அதன் ஒவ்வொரு குறையும் இப்போது நிறையாயிற்று.
அந்தப் பறவையைச் சிறைப்படுத்தும்
விலங்குகள் எதுவும் அதற்கு இல்லையென்பதும்,
அது விரும்பிய வண்ணம் அதன் தங்கல் நிகழ்ந்தது என்பதும்,
என் வீட்டின் புழக்கடையில்
தானிய மணியைப் பொறுக்கியபடியும், பாடியபடியும்
சேற்றில் இரண்டறக் கலந்தது போல் அது திரிந்தது என்பதும்,
இப்போது என் நினைவில் அரும்புகிறது.
தன் நடனத்தினின்றும் பறத்தலின்றும்
அசையும் குறியீடு ஒன்றை அது செதுக்கி எடுத்துக்கொண்டது
போல்,
அதன் பறத்தலே கலைஞன் கொள்ளும் பரவசம்போல்,
வானத்தைச் சென்றடைய
பூமி அதன் பறத்தலை ஒரு ஊடகமாகக் கொண்டது போல்
அது திரிந்து கொண்டிருந்தது

இப்போது என் நினைவில் மீண்டும் அரும்புகிறது.
அதன்பின் அந்த விகாரக் கிழட்டுப் பறவையை
நாங்கள் சபிக்கத் தொடங்கினோம்.
அதன் பாதையினின்று விடுபட்டு நிற்கவும் விரும்பினோம்.
சிலபோது அதன் மீது கற்களைக் கூட வீச முற்பட்டோம்.
ஒவ்வொரு முறையும் அது கீழே விழுந்த பின்பு
மீண்டும் மேலெழுந்து சென்றதைக் கூடக் கவனிக்காமல்
இடைவிட்டுப்போன அதன் கீழ் மேல் அசைவுகளுக்கு
அது வேகமூட்டிக்கொண்டது என்பதையும் கவனியாமல்,
எங்கள் நினைவுகளின் பாதைகளில் எங்களை இழந்தோம்.
இப்போது என் மூளையின் மூலையில் மங்கிய ஒரு முணுமுணுப்பு.
அந்தப் பறவை, அது மறைந்து போன வெளியின் பாதைகளில்
தன் அடிச்சுவடு ஒன்றைக்கூட விட்டிருக்கவில்லை.
நாங்களோ, அது உதிர்த்த இரண்டொரு இறகுகளை அவசரமாய்ப் பொறுக்கி.
அதன் வடிவத்தை மீண்டும் காண அதன் பறத்தலைப் பின் தொடர முற்படுகிறோம்.
அந்தப் பறவையின் சிறகுகள் வானத்தையே மூடி மறைத்துக்கொண்டு விட்டனவா என்ன?
சூரியனும் சந்திரனும் அவற்றின் கண்களை மூடிக்கொண்டு விட்டனவா என்ன?
அது பறக்கும் அப் பறவையை எப்போதேனும் நீங்கள் சந்தித்ததுண்டா?
கண்களுக்கு அப்பாலும், வானத்துக்கு அப்பாலும்
பறத்தலின் போது அதற்குக் கூடிவரும் புதிய உருவத்தை
யாரேனும் கண்டதுண்டா?

கன்னடத் தலைப்பு: 'ஹாரித ஹக்கி'
கொல்லிப்பாவை அக்டோபர் 1986

நிஸிம் இஸக்கியேல்

அந்தத் தேளின் இரவு

ஒரு தேள் என் தாயைக் கொட்டிய அந்த இரவு
எனக்கு நினைவிருக்கிறது.
பத்துமணி நேர இடைவிடாத மழை
ஒரு அரிசி மூட்டையின் அடியில் இழையும்படி
அதை விரட்டி இருந்தது.
குரூர வாலின் விஷ வீச்சை
அந்த இருட்டு அறையில் இழந்தபின்
மீண்டும் அது மழையை நோக்கித் திரும்பிவிட்டது போலும்.
ஈக்கள் கூட்டம்போல் வந்தார்கள் விவசாயிகள்.
அந்த தீயசக்தியை முடக்குவதற்காக
கடவுளின் பெயரை நூறுதடவை உச்சரித்தார்கள்.
மெழுகுவர்த்தியுடனும் ராந்தல் விளக்குடனும்
ராக்ஷஸ சிலந்தியின் நிழல்களை
சூரியன் சுட்டெடுத்திருந்த சுவர்களில் வீசியபடி
அதைத் தேடினார்கள்.
அது அகப்படவில்லை.
சூள் கொட்டிக்கொண்டார்கள்.
தேளின் ஒவ்வொரு அசைவுக்கும் என் அம்மாவின் ரத்தத்தில்
அதன் விஷம் பரவுகிறது என்றார்கள்.
அது அமைதியாக இருப்பதாக என்றார்கள்.
உங்கள் முற்பிறப்புப் பாவங்கள் இன்றிரவோடு
எரிந்துபோவதாக என்றார்கள்.
உங்கள் மறுபிறப்பின் இன்னல்களை
உங்கள் அவஸ்தைகள் குறைப்பதாக என்றார்கள்.

நல்லவற்றின் கூட்டுத்தொகையிலிருந்து
இந்தப் பொய்யான உலகத்தில் கழிக்கப்பட்ட
தீயவற்றின் கூட்டுத்தொகை மிச்சம்
உங்கள் வலியால் குறைந்து போவதாக என்றார்கள்.
உங்கள் ஆசைகளின் சதையையும் உங்கள் கனவின் ஆத்மாவையும்
இவ்விஷம் சுத்தீகரிப்பதாக என்றார்கள்.
என் தாயை நடுவில் இருத்தி
அனைத்தும் புரிந்துவிட்ட சாந்தி முகத்தில் வழிய
தரையில் சுற்றிவர அமர்ந்து கொண்டார்கள்.
மேலும் மெழுகுவர்த்திகள், மேலும் ராந்தல்கள், மேலும் அண்டைவீட்டார்கள்,
அதிகப் பூச்சிகளும் முடிவில்லாத மழையும்.
பாயில் அழுது புலம்பித் துடித்தார் என் தாய்.
பகுத்தறிவுவாதியான என் நாத்திகத் தந்தை
சாபங்களையும் ஆசீர்வாதங்களையும், அதன் பின்,
மூலிகையையும் மருந்தையும் சூரணங்களையும் அவற்றின் கலப்பையும்
சோதிக்கத் தொடங்கினார்.
கால்விரல் கடிவாயில் சிறிது மெழுகிட்டுக் கொளுத்தினார்.
சுடர் உண்ணும் தாயை நான் கவனித்தபடி இருந்தேன்.
பூசாரியின் மந்திர உச்சாடனங்களையும் சடங்குகளையும்
நான் கவனித்தபடி இருந்தேன்.
விஷம், இருபது மணி நேரத்துக்குப்பின்,
அதன் கொடுக்கை இழந்தது.
என் தாய் இவ்வளவுதான் சொன்னாள்
கடவுளுக்கு நன்றி. தேள் என்னைக் கொட்டிற்று
நல்லவேளை என் குழந்தைகளைக் கொட்டவில்லை.

இனி டிசம்பர் 1986

என்.என். கக்காடு

நாய்ப் பாட்டு

வாசலுக்கு வந்து விட்டதே அந்த நாய்
அழுகி முடை நாற்றம் எடுக்கும் அந்த நாய்
தக தரிகிட தக தரிகிட
தக தரிகிட தம் தா
மூதாதையரின் மூதாதையருக்கு வால் முளைத்தபோது
அடித்துக்கொல்லப்பட்ட அந்த நாய்,
குழி தோண்டிப் புதைக்கச் சென்றபோது
மாயமாய் மறைந்த அந்த நாய்,
மீண்டும் வாசலில் வந்து நிற்கிறதே அந்த நாய்,
அழுகி நாற்றமடிக்கும் அந்த நாய்.
தக தரிகிட தக தரிகிட
தக தரிகிட தம் தா
எப்படி முளைத்ததென்பதும் தெரியவில்லையே
எங்கிருந்து முளைத்ததென்பதும் தெரியவில்லையே
அழுகி நாறும் நாயின் சவத்திலிருந்து
மூக்கைத் துளைக்கிறதே நாற்றம்.
பார்த்ததில்லை இந்த நாயின் சவத்தை
கேட்டதில்லை இந்த நாயின் சவத்தை
வாசலில் வந்து நிற்கிறதே அந்த நாய்
அழுகிச் சொட்டும் அந்த நாய்.
தக தரிகிட தக தரிகிட
தக தரிகிட தம் தா
நாட்டை ஆளும் மூதாதையர் கௌபீனம்
தொங்கும் முறையில் சிறிது வளைந்து போயிற்றாம்.
வளைந்து போன கௌபீனம் கண்டு
நாயும் சிரித்து அதை நாற அடித்ததாம்.
அந்த நாயும் அதன்பின்

பல குட்டிகள் போட
நாட்டு மக்களும் சிரிப்பாய் சிரித்தார்களாம்
நாட்டை ஆண்டவனுக்கு மூண்ட சினத்தில்
முகம் வைத்து வந்த அவன் சிரங்கும் உடைந்ததாம்
கோடாலிக் காம்பும் இரண்டு துண்டாயிற்றாம்.
சாகக் கிடந்த அந்த நாயும் நாற்றமாய் நாறிற்றாம்
செத்த பின்பும் அது நாற்றமாய் நாறிற்றாம்.
கண்டவரும் இல்லை கேட்டவரும் இல்லை
தக தரிகிட தக தரிகிட
தக தரிகிட தம் தா
கண்டவர் எவரும் இல்லையென்றாலும்
கேட்டவர் எவரும் இல்லையென்றாலும்
செத்துத் தொலைந்து போகவில்லையென்றாலும்
கொன்று தொலைக்க முடியவில்லை என்றாலும்
மூதாதையர் எவரும் தோன்றவில்லை என்றாலும்
மூதாதையரின் மூதாதையரும் தோன்றவில்லையென்றாலும்
வாசலில் வந்து நிற்கிறதே அந்த நாய்
அழுகி நாறும் அந்த நாய்
தக தரிகிட தக தரிகிட
தக தரிகிட தம் தா
என்ன குறைந்து போய்விட்டதாம் மூதாதையருக்கு?
என்ன நஷ்டம் வந்துவிட்டதாம் மூதாதையரின் மூதாதையருக்கு?
பொறுக்கி நாயின் நாறும் சவத்தை
பொறுத்துக்கொள்ள வேண்டியவர் நாம் அல்லவோ
பொறுக்கி நாய்—தக தரிகிட
பொறுக்கிப் பெண் நாய்—தக தரிகிட
தக தரிகிட தக தரிகிட
தக தரிகிட தம் தா

மலையாளத் தலைப்பு: பட்டிப்பாட்டு
இனி பிப்ரவரி 1987

நவீன உருதுக் கவிதையின் பின்னணி

மஹ்மூத் ஜமால்

ஆங்கிலம் போலவே உருதுவும் ஒரு கலப்பு மொழி. ஆங்கில மொழி உருவாகிவந்த காலத்தில் தான் உருது மொழியும் தோன்றிற்று. உருது என்பது ஒரு துருக்கிய வார்த்தை. அதற்கு, 'தரைப்படை முகாம்' என்று பொருள். முஸ்லிம்கள் மத்திய ஆசியாவிலிருந்து வட இந்தியாவிற்குப் பன்னிரண்டாம் பதின்மூன்றாம் நூற்றாண்டு களில் நாடு பிடிக்க வந்தனர். வட இந்திய மக்களுக்கும் மத்திய ஆசிய முஸ்லிம்களுக்கும் இடையே தோன்றிய எதிரெதிர் விளைவு களிலிருந்து இம்மொழி தோன்றியதாக மொழியியல் அறிஞர்கள் கருதுகிறார்கள். பதினேழாம் நூற்றாண்டு வாக்கில் உருது தனி ரூபம் கொண்டது. இலக்கிய முயற்சிகள் அதற்கு முன்னரே இம் மொழியில் நடந்திருக்கின்றன. உருது மொழியின் வேர்களை அரபு மொழிகளால் பாதிக்கப்பட்ட பாரசீக இலக்கியத்தில் காணலாம். பாரசீக மொழியோ மிகுதியான பதச்சேர்க்கைகள் கொண்ட செழுமையான மொழி. வளர்ந்து வந்த உருது மொழி இந்தியின் மெருகற்ற எளிமையால் பாதிக்கப்பட்டது. கவித்துவ வெளிப்பாட் டிற்கு ஏற்ற மொழியாக அதன் முக விலாசம் துலங்கிற்று.

வடக்கே முஸ்லிம்கள் அதிகமும் சிறு நகரங்களில் வந்து தங்கினர். இதனால் நகர்ப்பாங்குக்குரிய கூறுகள் உருது மொழியில் ஏறின. மொகலாய வீழ்ச்சிக்குப் பின் வெள்ளை அதிகாரம் வட இந்தியா வில் உருத்திரண்டு வந்த போது பாரசீக மொழிக்குப் பதிலாக உருது அரசாங்க மொழியாயிற்று. இதனால் இந்தியக் கலாச்சார வாழ்வில் உருது மொழி மிகுந்த ஏற்றம் பெற்று, அதன் பெரும் செல்வாக்கு இருபதாம் நூற்றாண்டு வரையிலும் தொடர்ந்தது. இதன்பின் இந்து தேசிய வாதம் எழுந்தபோது இந்துக்களைப் பெரும்பான்மையாகவும், முஸ்லிம்களைச் சிறுபான்மையாகவும் பிரிக்கும் அரசியல் நோக்கும் உருவாயிற்று. அத்துடன் உருதுக்கும்

இந்திக்குமான வேற்றுமைகள் அழுத்தம் பெற்றன. பிரிவினைக்குப் பின் உருது பாகிஸ்தானின் தேசிய மொழியாயிற்று. ஆனால் இன்றும் வடக்கே பேச்சு மொழியாக இந்தியுடன் உருதும் அதிக அளவில் பயன்படுத்தப்பட்டு வருகிறது.

உருது மொழிக்கு இன்று இந்தியாவில் வீடு இல்லை. உத்திர பிரதேசத்தில் தான் அது அதிகமும் வளர்ந்து செழுமை பெற்றது என்றாலும் இன்று அங்கு முஸ்லிம்களின் சிறுபான்மை மொழி ஆகிவிட்டது. பாகிஸ்தானில் உருது தேசிய மொழியாக இருக்கிறது என்றாலும் அங்கு மொத்த ஜனத்தொகையில் ஒரு சிறு பகுதியினருக்கே அது தாய் மொழியாக இருக்கிறது.

உருதுவைப் பரப்பியதில் இந்தி சினிமாவிற்குக் கணிசமான பங்கு உண்டு. ஆனால், அதே சமயம் திரைப்படங்கள் அம்மொழியின் செறிவைத் தளர்த்தியும் விகாரப்படுத்தியும் இருக்கிறது. பம்பாய் படத்துறையில் உருதுக் கவிஞர்களும் எழுத்தாளர்களும் நிறையவே இருக்கிறார்கள். இதனால் இலக்கியத்துக்கு அப்பால் பேச்சு மொழியாகவும் அது விரிவு பெற்றுள்ளது. அரசியல் இயக்கங்களில் அது ஆற்றியுள்ள பங்கு பெரிது. அரசியல் சுலோகங்களுக்கும், நிச்சய பலனை விளைவிக்கும் கவிதைகளுக்கும் அது வெகு சுலபமாக வளைந்து கொடுத்தது.

உருது இலக்கியம் பண்பட்ட பாரசீக மரபிலிருந்து தோன்றியதாலும் வணிகத்துக்கோ சட்டத்துக்கோ பயன்படுத்தாததாலும் அதனை ஒரு உபயோக மொழி என்று கருத இயலாது. பத்தொன்பதாம் நூற்றாண்டு வரையிலும் உருதுவில் அதிகமும் கவிதைகளே இருந்தன. அவை அதிகமும் பாரசீகமொழிக் கவிதைகளின் எதிரொலிகளாகும். தத்துவம் சார்ந்த அகஉணர்வுகளை வெளிப்படுத்தும் பல விஷயங்களும் உருதுவில் சொல்லழகுடன் வெளிப்பட்டிருக்கின்றன. கடைசி மொகலாய சக்கரவர்த்தியான பகதூர்ஷாவின் காலத்துக்குப்பின் உருதுக் கவிதை வீழ்ச்சி அடைந்தது. தேக்க காலங்களுக்குரிய சொல் அலங்காரங்கள் அம்மொழியில் ஏற்றப்பட்டன. வெள்ளை ஆட்சியின் விளைவாக முஸ்லீம் செல்வாக்கு சிதறியபோது உருது மொழி இலக்கியமும் சிறுத்துப் போயிற்று.

பிரிட்டனின் அதிகாரம் இந்தியாவில் கிழக்கிலிருந்து மேற்கே கால் பரப்பியபோது கலகங்களும் எதிர்க் கலகங்களும் எழுச்சிகளும் உருவாகின. அதிகமும் இவை 1887ஐ ஒட்டி நிகழ்ந்தவை. இருப்பினும் முஸ்லீம் பேரரசின் ஆட்சியை மீண்டும் நிலை நாட்டுவதற்கான கடைசி முயற்சிகளும் தோல்வியில் முடிந்தன. முஸ்லீம் வீழ்ச்சியின் காரணங்கள் பற்றி முஸ்லீம் அறிஞர்கள் யோசிக்க வேண்டிய கட்டாயம் இதனால் ஏற்பட்டது.

இந்தக் காலகட்டத்தில் களத்திற்கு வந்த மிக முக்கியமான புலவர் சையது அகமத்கான் என்பவர். பிரிட்டனுடன் இவர்

நெருங்கிய தொடர்பு கொண்டிருந்தார். முஸ்லீம் இனத்தைப் பற்றி இவர் விமர்சன ரீதியாக, சிந்திக்க ஆரம்பித்தார். பிரிட்டனின் வலுவை உணர்ந்த இவர் அதை வெல்வது சாத்தியம் இல்லை என்ற முடிவுக்கு வந்தார். வெள்ளை ஆட்சியை முஸ்லீம் மக்கள் ஏற்றுக்கொண்டு விட வேண்டும் என்று இவருக்குத் தோன்றிற்று. இவரே முன் நின்று ஒரு இயக்கத்தை ஆரம்பித்தார். பின்னர் இதுதான் 'அலிகார் இயக்கம்' என்று பெயர் பெற்றது. இவரது இயக்கத்தின் விளைவாக போதனை அம்சங்களும் மறுமலர்ச்சி கூறுகளும் உருது இலக்கியத்தில் தோன்றின. பெருங்கவி கலீப் *(1797 – 1869)*இன் கடிதங்களை இவர் தமது கட்டுரைகளில் பயன்படுத்தினார். நவீன உருது வசனம் இப்படி உருவாயிற்று. சையது அகமத்கானுக்கு இலக்கியத்தை விடவும் சமூக சீர்த்திருத்தங்களில் நாட்டம் அதிகம். அவருடைய சீடராக அவருக்குப் பின் வந்தவர் அல்தாஃப் ஹுசைன் ஹாலி *(1837–1914)*. இவர் ஒரு கோட்பாடுவாதி. கவிஞர். விமர்சகர். இவர்தான் உருதுக்கவிதையை அது பிணைந்து கிடந்த வெற்று அலங்காரத்திலிருந்து மீட்டார். அரசியல் சமூகப் பணிகளுக்கு மொழியைப் பயன்படுத்தினார்.

உருதுக் கவிதையின் உருவத்தையும் உள்ளடக்கத்தையும் மேலும் மாற்றியவர் முகமத் இக்பால் *(1873–1936)*. மொழியின் மரபு சார்ந்த அழகுகளை இவர் காப்பாற்றிக்கொண்டு வந்தார். ஜோஷ் மலிகா பாடி *(1896–1982)* இக்பாலின் யுகத்தையும் நவீன உருதுக் கவிதையையும் இணைத்தவர் ஆவார். காதல் உணர்ச்சிப் பாடல்களின் தோட்டங்களிலிருந்து கவிதையை மீட்டு பொது சவுக்கத்திற்கு அதை எடுத்துக்கொண்டு வந்தவர் இவர். அப்போதுகூட அவர் நடையில் மரபு சார்ந்த பதச்சேர்க்கைகள் சிறிது ஒட்டிக்கொண்டிருந்தன.

1930 இல் உருதுக் கவிதை மற்றுமொரு முக்கிய திருப்பு முனையை அடைந்தது. அந்நிய ஆதிக்க சக்தியின் கொடுமையிலிருந்து பெற்ற அதிர்ச்சிகளை உருது கவிதைகள் வெளிப்படுத்தத் தொடங்கின. இந்திய சுதந்திர இயக்கம் வழியாக வெகுஜன அரசியல் உருவாகிக் கொண்டிருந்த காலம். உருது எழுத்தாளர்களில் பலரும் முற்போக்கு எழுத்தாளர் சங்கத்தில் இணைந்து செயல்படத் தொடங்கியிருந்தனர். உருதுக் கவிதையையே முற்போக்கு எழுத்தாளர் சங்கம் பாதித்தது என்று சொல்லலாம். பேச்சு வெளிப்பாடுகளுக்குச் சுலபமாக வளைந்து கொடுக்கும் மொழி என்பதால் உருது அரசியல் கூட்டங்களிலும் ஊர்வலங்களிலும் பயன்படுத்தப்பட்டது. அரச சபைகளிலும் பெருங்குடிகளிலும் உலாவிக்கொண்டிருந்த கவிதை சிறு இலக்கிய கூட்டங்களுக்கு வந்து விட்டது. பெண்களை வர்ணிக்க பயன்படுத்தப்பட்டு வந்த மொழி சுதந்திர தாகத்தையும், எழுச்சியையும், வீறு கொண்ட போராட்டங்களையும் வர்ணிக்கப் பயன்படுத்தப்பட்டது. கவிதைகள் பத்திரிகையின் பக்கங்களில் இடம் பெற்று உணவு விடுதிகளில் விவாதிக்கப்பட்டன. மாற்றம்

பெற்று வந்த சமூக யதார்த்தத்தை எதிர்கொள்ளும் வகையில் கவிஞர்கள் முற்றாக மாறிக்கொண்டு வந்தனர்.

கவிஞர்கள் ஃபெயிஸ் அகமத் ஃபெயிஸும் அலி சர்தார் ஜஃப்ரியும் வேகமாக தொழில்படத் தொடங்கினர். இவர்கள் கவிதைக்குரிய ஆவேசத்தைக் கற்பனை உலகங்களிலிருந்து பெற வில்லை. புராதன அரசர்களிடம் இருந்தோ அரசிகளிடம் இருந்தோ பெறவில்லை. 1917 ருஷ்யப் புரட்சிக்குப் பின் மனித சமுதாயத்திற்குத் திறக்கப்பட்ட வாசல்களிலிருந்து இவர்கள் தூண்டுதல் பெற்றனர். இவற்றிற்கு மேலாக போர் தந்த அதிர்ச்சிகள், சுரண்டலின் கோலங் கள், ருஷ்ய, பிரெஞ்சு இலக்கியங்களின் நவீனப் படைப்புக்கள் ஆகியவையும் இவர்களைப் பாதித்தன. அன்றையச் சூழலுக்கு மிகத் தேவையாக இருந்த ஊக்க சக்தி இவ்வாறு இவர்களிடம் வந்து சேர்ந்தது. உருவத்திலும் உள்ளடக்கத்திலும் முற்றிலும் புதியன தோன்றும் ஒரு யுகம் ஆரம்பமாயிற்று. மரபிலும் ரத்த ஓட்டமற்ற விறைப்பிலும் முடங்கிக் கிடந்த உருது மொழி புரட்சிகர எண்ணங் களையும் சமூக விமர்சனங்களையும் அரசியல் செயல்பாடுகளையும் சுலபமாக ஏற்றுக் கொண்டது ஆச்சரியம்தான். உருது மொழி தன்னளவில் கொண்டிருந்த ஒரு குறியீட்டுப் பாங்கு, மாற்றத்தை நிகழ்த்த துணை போயிற்று என்று சொல்லலாம். பழைய குறியீடுகள் வெகு சுலபமாக புதிய அர்த்தங்களுக்காகப் பயன்படுத்தப்பட்டன. இந்தக் குறியீட்டு பாங்குகள் பல்வேறு விளக்கங்களுக்கு இடமும் அளித்தன.

இப்போது மரபு சார்ந்த குறியீடுகள் புதிய அர்த்தங்களைக் கொண்டன. காதல் பைத்தியம், திராட்சை ரசம் அளிப்போன், தூக்குக்கயிறு, உயிர்த் தியாகம், குருதி, ஒடுக்குவோனின் வாள், பராமுகமான காதலன் இந்தப் பழைய குறியீடுகளுக்குப் புதிய அர்த்தங்கள் ஏற்றப்பட்டன. புத்துணர்ச்சியும் புதிய உயிர்ப்பும் இந்த வார்த்தைகளில் ஏறின. இந்தப் பழைய வார்த்தைகள் தன்னளவில் சக்தி வாய்ந்தவை அல்ல. ஆனால் கவிதையில் அவை பெற்ற இடம், பிற சொற்களுடன் அவை கொண்ட பிணைப்பு ஆகியவை ஆக்ரோஷ மான வலுவை இவற்றிற்கு அளித்தன. தேசியப் போராட்டமும் சமூக மாற்றமும் நிகழ்ந்து வந்த காலத்தில் காதல் பைத்தியம், ஒன்றில் கலகக்காரனாக அல்லது புரட்சியவாதியாக எடுத்துக் கொள்ளப்பட்டான். தூக்குக்கயிறு கொடுங்கோல் ஆட்சியின் குரூரத்தின் சின்னமாயிற்று. உருதுக் கவிதை மாறி வந்த நேரத்தில் சில ஊனங்களும் அதற்கு ஏற்பட்டன. உருவம் மரபு சார்ந்து நின்று கொண்டிருக்க, உள்ளடக்கம் முன் பாய்ந்து ஓடிவிட்டது. இந்த முரண்பாடுகள் புதிய முயற்சிகளை அரைகுறை முயற்சிகளாக முடக்கிக்கொண்டு வந்தன. ஃபெயிஸ் அகமத் ஃபெயிஸும் சரி அவருடைய தலைமுறையைச் சார்ந்த பிற கவிஞர்களும் சரி மரபுப் படிவங்களிலிருந்து முற்றாக மீள முடியாமல் தான் இருந்தனர்.

ஆனால் என்.எம்.ரஷேத்தும் (இவர் ஃபெயிஸ் காலத்தைச் சேர்ந்தவர்) சமீபத்திய சாக்யு ஃப்ரூக்கி, ஹனாஃபி, முனிர் நியாஜி போன்ற கவிஞர்களும் எழுதியுள்ள கவிதைகளில் மரபின் ஆட்சி முற்றாகத் தேய்ந்து விட்டது என்று கூறலாம்.

மிக முக்கியமானவராகவும் எல்லோராலும் ஏற்றுக்கொள்ளப் பட்டவராகவும் இருப்பவர் ஃபெயிஸ் அகமத் ஃபெயிஸ்தான். 1930இல் செயல்படத் தொடங்கிய காலத்திலிருந்து 1984இல் மறைந்த காலம் வரையிலும் ஃபெயிஸ் அகமத் ஃபெயிஸின் செல்வாக்கு ஓங்கியே இருந்தது. காதல், லட்சியம் ஆகியவற்றின் மெல்லிய கலப்பு, எளிமையான சொற்பிரயோகங்கள், சுலபத்தில் சென்று சேரும் படிமங்கள், பரந்த வாசகர்களைச் சென்றடையும் வீச்சு, மனித குலம் மீது இவர் வைத்திருந்த கவலைகள் இவைதாம் இவருடைய வலுக்கள். இவர் புதுக்கவிதை எழுதியவர் அல்லர். யாப்புக்கு உட்பட்டே இவர் கவிதைகள் எழுதியிருக்கிறார். ‘கஜல்’ என்ற காதல் உணர்ச்சிப் பாடலின் வகைகளைக் கூட இவர் அரசியல் செய்திகளைப் பரப்ப பயன்படுத்தினார். இருப்பினும் அவர் இயங்கிய கலாச்சாரப் பின்னணி மரபிலிருந்து முற்றாக விடுபட அவரை விடவில்லை. ஆனால் அவருக்கு மாறாக அவருடைய காலத்தைச் சேர்ந்த என்.எம்.ரஷேத்தால் மரபின் பிடியிலிருந்து முற்றாக வெளியில் வந்து உருதுக் கவிதைக்கு நவீனத்துவத்தை ஏற்ற முடிந்தது. புதுக்கவிதைக்கே உரித்தான பாங்குகளையும் நவீன விஷயங்களையும் இவர் உணர்ந்திருந்தார். இவரது கவிதைகள் அவை அச்சேறியுள்ள பக்கங்களில் படிக்க வேண்டியவை. ஆரம்பக் கல்வியைக்கூட எட்டாத ஜனசமூகம் மிகுதியாகக் கொண்ட ஒரு அமைப்பில், புத்தகப் பிரசுரம் கடின சாத்தியமாக இருக்கும் ஒரு பின்னணியில், என்.எம்.ரஷேத்தைப் போன்ற கவிஞர்கள் அதிக வாசகர்களை அடைய முடியாமற் போனதில் ஆச்சரியம் இல்லை.

ரஷேத் அரசியலுக்கு அப்பால் செயற்பட்டவர். தனித்துவம் மிகுந்த கலையை உருவாக்க முயன்றார். முற்போக்கு எழுத்தாளர் சங்கத்துடன் இவர் எவ்வித உறவும் வைத்துக்கொள்ளவில்லை. இவர் மேற்கொண்ட மீறல்கள் வாசகர்களை அதிர்ச்சிக்கு உள்ளாக்கின. ஆனால் இன்று புதியன புகுத்தியவராக இவர் விமர்சகர்களால் ஏற்றுக்கொள்ளப்பட்டுவிட்டார். ஃபெயிஸ் அகமத் ஃபெயிஸுக்கு நிகரான ஒரு ஸ்தானமும் இன்று அவருக்கு அளிக்கப்பட்டு வருகிறது. ‘நவீனத்துவத்தின் நன்கொடை’ என்று வரும்போது இவர்தான் முக்கியமானவர். இவரைப் பின்பற்றி கவிதை எழுதுபவர்கள் என்று சாக்யு ஃப்ரூக்கி, அமிக் ஹனாஃபி, அக்தார்–உல்–ஐமான் என்று பலர். இவர்களில் அக்தார்–உல்–ஐமான் நவீன நடையை ஏற்றுக் கொண்டதோடு அன்றாடப் பேச்சு மொழியையும் கவிதையில் ஏற்றினார். இவர் தொட்ட விஷயங்கள் அதற்கு முன் உருது கவிதை

அறிந்ததல்ல. இவர்களோடு மிராஜியையும், அலி சர்தார் ஜஃப்ரியையும் நாம் சேர்த்துக் கொண்டால் பல்வேறு மட்டங்களிலும் வகைகளிலும் தரங்களிலும் இவர்களைத்தான் நாம் 'நவீன உருதுக் கவிதைக்குத் தந்தையர்' என்று கூற வேண்டும். ஆனால் பிரிவினைக்குப் பின்பும், இந்தியாவிலும் சரி, பாகிஸ்தானிலும் சரி ஒரே மாதிரி மதிக்கப்பட்டவர் ஃபெயிஸ் அகமத் ஃபெயிஸ் தான்.

ரஷேத், மிராஜி, அக்தார்–உல்–ஐமான் எல்லோரும் முக்கியமான கவிஞர்களாக கணிக்கப்படுகிறார்கள் என்றாலும் அலி சர்தார் ஜஃப்ரிதான் அறிவுஜீவி கவிஞராகக் கருதப்படுகிறார். விமர்சனமும் தத்துவமும் சார்ந்து புரட்சிகரக் கருத்துக்களையும் ஆவேச உணர்வுகளையும் கவிதையில் ஏற்றிய வகையில் இவர் பெரும் புகழ் பெற்றார். ஆனால் ஃபெயிஸிடம் நாம் காணும் நுட்பமோ நுணுக்கமோ இவரிடம் இல்லை முற்போக்கு எழுத்தாளர் சங்கத்துக்கு ஒளி காட்டி வழிநடத்திச் சென்றவர் இவர்தான். முதன் முதலாக சோஷலிச அழகுணர்ச்சிகளை உருதுக் கவிதையில் ஏற்றியவரும் இவரே. உருதுக் கவிதை இன்று கொண்டிருக்கும் முற்போக்கு அம்சத்திற்கு தனிப்பெரும் அவகாசி இவர்.

பிரிவினைக்குப் பின் முற்போக்குக் கவிஞர்கள் அரசியலில் கொண்ட பங்கு பற்றியும் நாம் குறிப்பிட வேண்டும். ராணுவ சர்வாதிகாரங்கள் பலவற்றைக் கண்டு விட்ட பாகிஸ்தானில் இக்கவிஞர்கள் வீரஞ்செறிந்த போராட்டங்களை நடத்தினர். மேற்கில் சினிமா நட்சத்திரங்களுக்குப் பாப் இசைஞர்களுக்கும் இருக்கும் பிராபல்யம் பாகிஸ்தானில் இக்கவிஞர்களுக்கும் உண்டு. அங்கு ஒரு பொது முஷைரா அல்லது கவிதை வாசிப்பு நிகழ்வுக்குப் பத்தாயிரக்கணக்கானவர் திரள்வது வெகு சகஜம். அவர்களில் பெரும்பாலோர் எழுத்து வாசனை அற்றவர்கள் என்றாலுங்கூட கவிதையில் நுட்பமாக வெளிப்படும் அரசியல் விமர்சனங்களையும் அரசியல் குத்தல்களையும் சுத்தமாகப் புரிந்து கொண்டு ஆர்ப்பரிக்கும் அளவுக்கு சமூக விழிப்பு பெற்றவர்களாகவே இருக்கிறார்கள். செய்யுள் மூலம் பெருவாரியான மக்களுடைய கவனத்தைப் பெறும் சாத்தியம் ஏற்படும் போது அரசியலிலிருந்து விலகி நிற்பது கவிஞர்களுக்கு சாத்தியம் இல்லை என்று ஆகிவிடுகிறது. அதிலும் அயல்நாட்டு ஆதிக்க சக்திகளின் இசைக்கு நடனம் புரியும் சர்வாதிகாரப் பொம்மைகளுக்கு, தார்மீக ஆவேசம் கொண்ட கவிஞர்களிடம் பயம். இதனால் கவிஞர்களுக்குச் சிறைவாசம் என்பது சாதாரண விஷயமாகப் போயிற்று. சிறை வாசத்திலிருந்து தப்பித்த பெரிய கவிஞன் என்று எவனுமில்லை. ஃபெயிஸ் அகமத் ஃபெயிஸ் நீண்ட காலம் சிறையில் தள்ளப்பட்டிருந்தார். நீண்ட காலம் நாடு கடத்தப்பட்டவராகவும் வாழ்ந்தார். இன்றைய இரு முக்கியமான கவிஞர்களான அகமத் ஃபரஸ், ஹபிப் ஜலிப் இருவரும் சிறையில் தள்ளப்பட்டிருந்தனர். இதில் அகமத் ஃபரஸ் சமீபத்தில் தப்பித்து

பிரிட்டனில் தலைமறைவு வாழ்க்கை வாழ்வதாகத் சொல்லப் படுகிறது. இந்தியாவில் கூட 'ஜனநாயக நிறுவனங்க'ளின் பார்வை களும் கோபங்களும் கவிஞர்களின் மீது விழுகின்றன. அலி சர்தார் ஜஃபரி 1950களில் இங்கு காவலில் வைக்கப்பட்டிருந்தார். ஹஸரத் மொஹானிக்கு கடும் சிறைத்தண்டனை விதிக்கப்பட்டிருந்தது. ஜோஷ் மலிகாபாடியின் புகழ் பெற்ற கவிதை 'கிழக்கிந்திய கம்பெனி களின் வாரிசுக்கு' தடை செய்யப்பட்டிருந்தது. ஆனால் சிறைவாசங் களால் கவிஞர் எவரும் முடங்கிப் போய்விடவில்லை. அவர்கள் தொடர்ந்து செயல்பட்டார்கள். சொல்லப்போனால் மிகுந்த எழுச்சியுடன் செயல்பட்டார்கள். கொரியாவில் கிம் சிஹாவும், துருக்கியில் நஸிம் ஹிக்மத்தும் சிங்கப்பூரில் சையது ஜாகிரியும், கிரேக்கத்தில் யானிஸ் ரிட்ஸாஸூம் சிறைச்சாலையிலிருந்தே அற்புதமான கவிதைகளை உருவாக்கினர். மௌனத்தில் ஒடுங்குவது கவிஞனின் வழி முறை அல்ல போலும். தங்கள் கூரிய சொல் அம்புகளை சர்வாதிகாரிகளை நோக்கிச் செலுத்துவது கவிஞர் களுக்கு ஆகி வந்த விஷயம்.

உருதுக் கவிதைகள்

ஃபெயிஸ் அகமத் ஃபெயிஸ்

என் விருந்தாளிகள்

கதவு திறக்கிறது
என் துக்கத்தின் மீது.
அங்கு வருகிறார்கள் என் விருந்தாளிகள்.
அதோ அவள், அந்த மாலைப்பொழுது
மனக்கசப்பின் தரை விரிப்பைப் பரப்ப.
அதோ போகிறது அந்த இரவு
வேதனையைப்பற்றி விண்மீன்களிடம் பேச.
இதோ வருகிறது காலைப்பொழுது
பளபளக்கும் அதன் ரணச்சிகிச்சைக் கத்தியுடன்
நினைவின் புண்ணைக் கீற.
அதன் பின் பிற்பகல்
அங்கியின் கைகளில் ஜுவாலையின் சவுக்கை மறைத்தபடி.
இவர்கள்தான் என் விருந்தாளிகள்,
பகலும் இரவும் என்னைப் பார்க்க வருகிறவர்கள்.
ஆனால் அவர்கள் வருவது எப்போதென்றோ
போவது எப்போது என்றோ
எனக்குத் தெரிவதில்லை.
எப்போதும் என் எண்ணங்கள்
என் வீட்டை நோக்கியே அலைகின்றன
சந்தேகங்களையும் அவநம்பிக்கைகளையும் பற்றிக்கொண்டு,
பல கேள்விகள் கேட்டவாறு

ஃபெயிஸ் அகமத் ஃபெயிஸ்

ரத்தத்தின் வாசனை

ரத்தத்தின் வாசனையா
அல்லது காதலியின் உதடுகளின் நறுமணமா?
தென்றல் இன்று எதைக் கொண்டு வரப்போகிறது எனக்கு
என நான் வியக்கிறேன்.
வசந்தம் தோட்டத்திற்கு வந்து விட்டதா? அல்லது
சிறைச்சாலைகள் புதியவாசிகளைப் பெற்றிருக்கின்றதா?
இன்றிலிருந்து எங்கிருந்து வரும் அந்த இசை,
பாடுபவளின் அந்தக் குரல்?

ஃபெயிஸ் அகமத் ஃபெயிஸ்

காட்சி

ஒரு தெரு, ஒரு நிழல், ஒரு மரம், ஒரு வீடு, ஒரு வாசல்,
ஒரு மாடி முகப்பு
மாடி முகப்பில் சந்திரன் அதன் மார்புகளைத் திறந்து
காட்டுகிறது
அமைதியாக,
தன் உடைகளை நளினமாகக் களையும் ஒரு பெண்ணைப்போல்.
மாடி முகப்பைச் சுற்றி நிழல்கள் சேருகின்றன.
நிழல்களின் நீரோடை.
நீரோடையில் ஒரு குமிழி மிதக்கிறது, ஒரு இலையிலிருந்து.
நிற்கிறது, புலம்புகிறது, மெதுவாக உடைகிறது, அமைதியாக.
திராட்சை ரசத்தின் இனிய வண்ணம் மிக மென்மையாக
என் கோப்பையில் கரைகிறது, மிருதுவாக.
கோப்பையின் திராட்சை ரசம், அந்தப்புட்டி.
உன் கரங்களின் ரோஜாக்கள் –
நினைவில் பின்னணியில் கூடுவதுபோல்
ஒரு கனவு நிழலாக விழுகிறது.
ஒரு தொகுப்பாக உருவாகிறது.
பின் மெதுவாக உருக்குலைந்து போகிறது.
காதலின் ஒரு சொல்லை அரற்றுகிறது இதயம், மிக மிருதுவாக
நீ சொன்னாய் ‘மெதுவாக’ என்று.
சந்திரன் குனிந்து பார்த்தது.
‘மேலும் மிக மெதுவாக’ என்றது அது.

ஃபெயிஸ் அகமத் ஃபெயிஸ்

என்னிடம் இருந்து கேட்காதே, என் காதலி

என்னிடம் இருந்து கேட்காதே, என் காதலி,
உன்னிடம் முன்னர் நான் கொண்டிருந்த அந்தக் காதலை
அப்படியும் ஒரு காலம் இருந்தது
அப்போது பிரகாசமும், இளமையும், பூத்துக் குலுங்குவதுமாக
இருந்தது வாழ்க்கை.
அப்போது உன் துயரம் மற்ற வேதனைகள் எவற்றையும் விடப்
பெரிதாகவும் இருந்தது.
உன் அழகு வசந்தத்துக்கு நிரந்தர இளமையை அளித்துக்
கொண்டிருந்தது.
உன் கண்கள் – ஆமாம் உன் கண்கள் – அவைதாம் அனைத்தும்,
மீதம் எல்லாம் வீண்.
என்னுடையவளாக நீ இருந்தபோது, நான் நினைத்தேன்
இந்த உலகமே எனக்குச் சொந்தம் என
அப்படித்தான் நான் கற்பனை செய்து கொண்டிருந்தேன்,
அது யதார்த்தமல்ல என்பது இப்போது எனக்குத் தெரியும்
என்றாலும்,
காதலைத் தாண்டியும் இவ்வுலகில் துயரங்கள் இருக்கின்றன.
வேறு இன்பங்களும் கூடத்தான்.
பட்டிலும், ஜரிகையிலும், பொன்னாடையிலும் நெசவு
செய்யப்பட்டு
எண்ணற்ற நூற்றாண்டுகளின் அந்தச் சாபங்கள், கருப்பும்
குரூரமாய்;
ஒரு சந்தையிலிருந்து மறு சந்தையில் விற்கப்படும்
குருதியில் குளித்த உடல்கள், தூசி பூசப்பட்டு,
நோயின் பெரிய ஏனங்களிலிருந்து எழுந்து வந்தவர்கள்

அழுகிச் சொட்டும் புண்களில் சீழுடன் –
இவற்றையும் பார்க்க வேண்டும் என் கண்கள்.
என் அன்பே, இப்போதும் நீ அழகுதான்
ஆனால் எனக்கோ வேறு வழி இல்லை
காதலைத் தாண்டியும் வேறு துயரங்கள் இவ்வுலகில் இருக்கின்றன
வேறு இன்பங்களும் கூடத்தான்.
என் அன்பே உன்னிடம் முன்னர் நான் கொண்டிருந்த அந்தக் காதலை
இப்போது என்னிடம் கேட்காதே.

ஃபெயிஸ் அகமத் ஃபெயிஸ்

அவர்கள் அதிர்ஷ்டசாலிகளாக இருந்தனர்

அவர்கள் அதிர்ஷ்டசாலிகளாக இருந்தனர்
கொஞ்சம் வேலை கொஞ்சம் காதல் என்றிருந்தவர்கள்
ஒரு வேலைபோல் காதலையும் எடுத்துக்கொண்டவர்கள்
அல்லது தம் வேலையை மட்டும் நேசித்தவர்கள்
நானும் என் வழியில் அலுவல் மிகுந்தவனாகத்தான் இருந்தேன்
சிறிது காதலித்தேன்; சிறிது பணியாற்றினேன்.
வேலை என் காதலைத் தகர்த்தது.
காதலும் அடிக்கடி என் வேலையில் குறுக்கிட்டு வந்தது.
இறுதியில் சோர்ந்து போனேன்
இரண்டையும் பூர்த்தி செய்யாது விட்டேன்.

ஃபெயிஸ் அகமத் ஃபெயிஸ்

நேற்றிரவு இழந்து போன உன் நினைவு

நேற்றிரவு இழந்து போன உன் நினைவு
என்னிடம் வந்தது
பொட்டல் காட்டில் அமைதியாக வசந்தம் வருவதுபோல்
குளிர் தென்றல்
பாலைவன மணல் வழி மிருதுவாக வீசுவது போல்
ஒரு நோயாளி
ஏதும் காரணமின்றி ஆசுவாசம் பெறுவது போல்.

என்.எம். ரஷேத்

நம் மீது தூசி

தூசி சுவர்களின் மீது படிந்துவிட்டது.
சகல கதவுகளையும் அது போர்த்துகிறது.
சிவப்பு ஓட்டுக் கூரைகளின் மீது அது தவழ்கிறது,
நீல ஜன்னல்களினூடே அது எட்டிப் பார்க்கிறது.
நிறுத்து உன் சகல ஜாலங்களையும்!
தங்க நிற சீட்டுக் கட்டுக்களால்,
நிரப்பு ஜன்னல்களின் கீறல்களை,
கதவுகளின் துவாரங்களை!
தூசியே, நிறுத்து! நிறுத்து!

பிடிக்கவோ மெல்லவோ அதிகச் சிரமமற்ற
அந்த இரவுகளையும் மந்தமான மழை தூறல்களையும்,
விழுங்கி விட்டாய் நீ
இரவு பூராவும் சிரித்தோம் நாங்கள், தூசியே,
இரவு, அனைத்தையும் நக்கித் துடைத்தெடுக்கும் நேரம்
தன் வாலின் பின்னால் ஓடும்
ஒரு கிறுக்கு பூனையாய் இருந்தாய் நீ.
தூசிக்கும் உண்டு வாழ்நாள், ஒரு யுகம் உண்டு:
நம் சாவுபோல் உருப்பெற்று, இந்தத் தூசி,
மறைந்து தொலைத்த நம் நினைவுகளை உயிர்ப்பித்து
நம்மை மூச்சுத் திணறடிக்கும் போது

நம்மையே நம்மிடமிருந்து அறுத்து விடுகிறது.
நம் கைகளில் மணலை வாரி
நம் விரல்களிடையே அது நழுவுவதையும்
நம் கைகால்களில் அது வழிவதையும் கவனிக்கிறோம்.
நம் கண்ணீர் அதன் மீது கசிந்து மறைகிறது.
அது நம் மயிரில் சிக்கிக்கொள்கிறது.
நம் துணிகளில் படிகிறது.
நம் சுவாசகோசங்களை கிழித்துப் புண்படுத்துகிறது.
நம் ஆத்மாவினுள்ளும் நம் உடல் மீதும் நம்மீதெங்கும் அது பரவுகிறது.
இந்தத் தூசி
நம்மைச் சுற்றிச் சூழ்ந்து கொள்கிறது.
இந்தத் தூசி ஒரு உறுதியான மறுப்பு,
ஒரு காலத்தில் இது ஒரு எல்லை;
அறிவு தேடும் வலிக்கு
ஒரு மாற்றுப் பெயராகவும் இருந்திருக்கிறது இது.
ஒரு தேடலாக அது இருந்திருக்கிறது.
தனித்து, தன்னந்தனியாக
ஒவ்வொருவரும் எல்லாம் ஆகவும் நாம் இருந்திருக்கிறோம்.
எவரும் சொந்தம் பாராட்ட முடியாத
எந்த எதிரியும் காலெடுத்து வைக்க முடியாத
அந்த எல்லையாக இருந்திருக்கிறது, தூசி
அந்த முதுமையின் தனிமையும்
தூசியிடம் வந்து
நாட்களின் காலணிகளில்
இரவின் அடையாளங்களை விட்டுச் செல்வதை
இன்று நாம் கேட்கிறோம்
எல்லையற்ற ஆச்சரியத்தைத் தூசி கொண்டு வந்திருக்கிறது:
நம் இதயங்களின் தனிமைகளை அது புயலேற்றி இருக்கிறது.

அக்தார்-உல்-இமான்

கருப்பு – வெள்ளை இறகுப் பறவையுடன் ஒரு மாலைப்பொழுது

பகல் முடிந்து சூரியனும் பூமியின் பின் ஒளிந்து கொள்ளும்போது
கடைத் தெருவின் வெப்ப தேன்கூடு ஹுங்காரமும்
டிராம், பஸ், கார்களின் சந்தடிகளும் முடிந்தபோது;
டீக்கடைகளிலிருந்தும் நடன அரங்குகளிலிருந்தும்
ரகசிய இடங்களுக்கு
சிறு வயதினர் வயது வராத தம் காதலிகளை அழைத்துச்
செல்லும்போது
விரிந்தும், உயர்ந்தும் வரும் குடியிருப்புகளில் அமைதி ஆட்சி
செலுத்தும்போது
திரை அரங்குகளும் கேளிக்கை இடங்களும் இரவுக்காகச்
சாத்தப்படும்போது
இந்த உலகின் மீது உறக்கம் தெளிவாக இறங்கி வரும்போது
நான் என் அறையில் அமர்ந்து ஆழ்ந்து சிந்தித்தேன்:
நாய்களுக்கு ஏன் வளைந்த வால்கள்?
கற்றறிந்தோரும் தத்துவவாதிகளும் சிந்தனையாளர்களும்
குணமோ கொள்கையோ தரமோ மதிப்போ இல்லாத
இந்த மாசு படிந்த உலகத்திற்காக
தடிமன் புத்தகங்களை ஏன் எழுதிக் கொண்டிருக்கிறார்கள்?
ஃபர்குவாத்தின் தாயார் அவள் கணவன் இறந்தபோது என்ன
பாடுபடுத்தினாள்.

ஆனால் அவளுடைய துக்க காலம் முடிவதற்கு ஒரு வாரத்திற்கு
முன்பே
நீலமின் மாமாவுடன் பதாயுனுக்கு வந்து இறங்கினாள்.
இனிப்பு, புனித நூல்கள் புனிதப் போர்கள் பற்றிய வரலாறுகள்,
தீர்க்கதரிசியின் கதை, இவ்வுலக மறுப்பு
முல்லாவின் இளிக்கும் பல் இவை படம் பெறும் மதச்
சடங்குகள்
ஒன்றுடன் ஒன்று எப்படித் தொடர்பு கொள்கின்றன?
நாட்கள் வேரோடு பிடுங்கப்பட்டிருக்கின்றன.
தங்கள் கருப்பு இறகுகளின் அடியே மகிழ்ச்சி
விளையாட்டுக்களின்
நிமிஷங்களை ஒளித்துக்கொண்டு
மறைந்து போகும் கருப்புச் சிறகுகள் கொண்ட கடற்பறவைகள்
அவை.
கிழிந்து ஒட்டுப்போட்ட கனவுகள் கொண்டோருக்கு
சமாதானம் ஒரு கற்பனைக் கதை.
ஒரு பக்கம் தைக்கும்போது மறுபக்கம் அது கிழிகிறது.
இந்த உலகம் வாழ்ந்து கொண்டிருக்கிறது.
ஒரு வினாடியிலிருந்து மறு வினாடிக்கு.
மரியம் இப்போது ஒரு தையற்காரி.
அவளுக்கு பார்வை மங்கிக் கொண்டிருக்கிறது.
அவளுடைய கண்களைப் புகழ்ந்து கவிதை எழுதி
கைக்குட்டையில் மிட்டாய்களை மடக்கி அவள் வீட்டுக்குள்
எறிந்து வந்த கஸன்ஃபார்
இப்போது வேறு எங்கோ திருமணம் முடித்துக்கொண்டான்.
இப்போது அவனுடைய தடிக்கடையில்
இளமையைப் பற்றியும் களியாட்டங்கள் பற்றியும் கதைகள்
சொல்லிக் கொண்டிருக்கிறான்
கடையிலிருந்து வீட்டுக்கு வந்ததும்
தன் மகளை கண்காணிக்கிறான்
குழந்தைகள் இப்போது முன்போல் இல்லை
பாபமும் பாலுணர்ச்சிகளும் மிஞ்சிக்கொண்டிருக்கின்றன
எவ்வளவு நன்றாக இருந்தன பழைய நாட்கள்!
போதி மரத்தடியே அமர்ந்து கொள்

அல்லது போய் சிலுவை ஏற்றிக்கொள்,
காளைகள் சதா சண்டை போட்டுக் கொண்டிருக்கும்.
சாவில் வாழ கற்றுக்கொண்டு விட்டோம்.
பாதையில் நாள்தோறும் ஒரு பிணம் தூக்கிச் செல்லப்படுகிறது;
ஆனால் பின்னியிருப்பவை நம்மிடமிருந்து தப்பி விடுகின்றன.
நம் முன்னால் எப்போதும்போல்
வண்ணங்களின் கோலாகலம், குரல்கள், முகங்கள்.
ஒரு கிளையில் சென்று அமர்ந்து கொள்கிறது ஒரு பறவை.
அரச மரத்தில் ஒரு கிளி குஞ்சு பொரித்தது.
நேற்று நாம் பிடித்த பறவை இறந்து விட்டது.
நஸிமாவின் பூப்படுக்கையில் எவ்வளவு மொக்குகள் விட்டிருக்கின்றன?
நாம் பூக்களை முகரும்போது என்ன நினைவு கூருகிறோம்?
இது ஒரு பழைய கதை: தெரு விளக்குகளை முதல் முதலில் அவர்கள் நிறுவியபோது
என்னுள் இருக்கும் இதயம் பற்றி நான் உணர்ந்தேன்.
ஈத் பண்டிகைக்காக வாங்கப்பட்ட புதிய உடைகள் எங்களுக்குக் கிடைத்தன.
அண்டை வீட்டாருக்கு இனிப்பு அனுப்பினோம்.
நான் மாடி அறையில் அமர்ந்திருந்தேன்,
ஸைனாப் முற்றத்தில் பூக்களை எறிந்தவாறு.
நாளை ஸைனாபின் வீடு ஏலத்திற்குப் போகிறது.
அரசாங்கக் காவலில் இருந்தது அது பல வருடங்களாக.
இலையுதிர் காலம் வந்துவிட்டது என்று தோன்றுகிறது.
இலைகள் இடைவிடாது உதிர்வதை எனக்குக் கேட்க முடியும்.
அம்மை தடுப்பூசி நோயைத் தடுக்கிறது.
கருத்தடையும் கருச்சிதைவும் ஜனத்தொகைப் பெருக்கத்தைத் தடுக்கும்.
இரண்டு கால்களில் மனிதக் குரங்கு நடந்தபோது
அதன் மூளை சுறுசுறுப்பாயிற்று.
இலைகள் உதிரும் சத்தம் இடையறாதது.
ஒவ்வொரு நாளும் தெருக்களில் புதிய முகங்கள்.
நாம் சாவுடன் வாழக் கற்றுக்கொண்டு விட்டோம்.
பின்னால் இருப்பவை நம்மிடமிருந்து தப்பித்துப் போகின்றன.

பூக்களை முகரும்போது எதை நினைவு கூருகிறோம்.
சுற்றி வரப் பூக்கள் அழுகிக்கொண்டிருந்தபோது
*இளவரசர்களின் தூக்குத் தண்டனை அறிவிக்கப்பட்டது.
நொடிக்கு நொடிவாழ்ந்து கொண்டிருக்கிறது இந்த உலகம்,
தில்லியின் தெருக்கள் அப்படியே இருக்கின்றன.
வாழ்வின் துடிப்போடு உல்லாசத்தோடு
சகல வினாடிகளையும்
சிறகுக்குள் மறைத்தபடி மறைந்து போகும்
கருமை இறகுகள் கொண்ட கடற்பறவை போல் இருக்கின்றன
நாட்கள்.
எங்கு பார்த்தாலும் பல வண்ணக் கொடிகள்.
மனித வலுக்களுக்கும் துன்பங்களுக்கும் விமோசனம்
மகிழ்ச்சிக்கான மருந்துச் சீட்டு
ஒவ்வொரு சட்டையிலும் மடிந்து கிடக்கிறது.
நாம் அதைப் பிரிக்கும்போது
1957 போய்
1947 யே வருவதேன்?

---

*'இளவரசர்களின் தூக்குத்தண்டனை' 1857 இந்தியப் புரட்சிக்குப் பின் மொகலாய இளவரசர்கள் தூக்கிலடப்பட்டதைக் குறிக்கிறது.

அகமத் நதீம் குவாஸ்மி

ஒரு காளை

தடித்த சருமம் உனக்கு
சாட்டை அடி படுகிறாய் நீ
செவிகளை உதறிக் கொள்கிறாய்.
வேதனை ஏற்படும்போது கூட
கொம்புகளை பயன்படுத்த மறுக்கிறாய்
உன் வாலை, உன்னையே சொடுக்கிக்கொள்ளப்
பயன்படுத்துகிறாய்.
புதிய சாட்டைகளின் ஓசையைக் கேட்கும்போது
அவற்றின் இசைவை
தூசி பறிக்கும் உன் குளம்புகளால் கூட்டி
உன் தலையை இருபுறமும் அசைக்கிறாய்
உன் சருமம் சுக்குச் சுக்காக கிழிபடும்போது
சிறு முனகலை வெளிப்படுத்துகிறாய்
அதன்பின் இறக்கிறாய்
அமைதியாக.

முனீர் நியாஸி

சிலவற்றை சொல்லாமலே விடுவோம்

சில விஷயங்கள் சொல்லப்படாமல் இருக்கட்டும்
சில விஷயங்கள் கேட்கப்படாமல் இருக்கட்டும்
உன் மனத்தில் இருக்கும் ஒவ்வொன்றையும் நீ சொன்னால்
பின் என்னதான் இருக்கும் உள்ளே?
உன் இதயத்தின் ஒவ்வொரு சொல்லையும் நீ கேட்டு விட்டால்
பின் என்னத்தான் இருக்கும் கேட்க?
மறைக்கப்பட்ட ஒரு சில தர்ம சங்கடங்களை
விட்டு விடு.
திறவாத அந்த ஜன்னலை
உருவாகாத வண்ண உலகில்
விட்டு விடு.

முனிர் நியாஸி

சூரியனில் இரண்டு சிவப்புப் பெண்கள்

அங்குதான் இருந்தது
துர்க்கையின் கோவில்
அங்குதான் இருந்தது
பாதையில் காற்று
சூரியன் கண்களைக் கூச வைக்கும்
ஒரு வெள்ளிக் கண்ணாடியாக இருந்தது

முனிர் நியாஸி

ஒரு தெளிவற்ற கனவு

புதிய சந்திரனின்
நாணேற்றப்பட்ட வில்லும்
நம்மைச் சுற்றி வர நறுமணமும்
ஆழ்ந்த இருண்ட நிறங்களின்
வசீகர விஷமும்
ஒரு மரமும் ஒரு பாம்பும்
நானும் நீயும்

முனீர் நியாஸி

சூரிய வெளிச்சத்தின் நிறத்தில் ஒரு புதிய நிறம்

அந்த மஞ்சள் பூ ஒரு மஞ்சள் கிணறு
தான் விட்டுச் சென்றிருந்த எதையோ,
தேனீ அதனுள் தேடுகிறது.
ஒரு சொட்டுத் தேனா, அல்லது விஷமா
அல்லது பூவின் இதழா?
என்ன பிரகாசம் அந்த மஞ்சள் பூவுக்கு!
சூரிய ஒளியில்
ஒரு விளக்கேற்றிய மாதிரி

கிஷ்வார் நகீத்

என்னைக் கவனித்துக் கேள்

நீ பேச வேண்டுமென்றால்
உனக்குத் தண்டனை மரணம்
நீ மூச்சு விட வேண்டுமென்றால்
உன் இடம் சிறைச்சாலை
நீ நடக்க வேண்டுமென்றால்
உன் கால்களை வெட்டி
உன் கரங்களில் தூக்கிச் செல்.
நீ சிரிக்க வேண்டுமென்றால்
ஒரு கிணற்றில் தலை கீழாகத் தொங்கு
நீ சிந்திக்க வேண்டுமென்றால்
கதவுகள் அனைத்தையும் சாத்தி
சாவியை விட்டெறி.
நீ அழ வேண்டுமென்றால்
ஒரு நதிக்குள் மூழ்கு
நீ வாழ வேண்டுமென்றால்
உன் கனவுகளின் குகையில்
சிலந்தி வலையாகி விடு.
நீ அனைத்தையும் மறக்க வேண்டுமென்றால்
இடைவெளி விட்டுப் பின் யோசி:
நீ முதலில் கற்ற சொல்லை.

ஹபிப் ஜலிப்

என் மகள்

என் மணிக்கட்டுக்களைச் சுற்றி சங்கிலியைப் பார்த்தபோது
விளையாட்டுப் பொருள் என அதை நினைத்து
மகிழ்ச்சியில் குதித்தாள் என் மகள்.

அவள் சிரிப்பு ஒரு காலை நேரப் பரிசு.
அவள் சிரிப்பு எனக்கு முடிவற்ற பலம்.
சுதந்திர நாளையின் வாழும் குறிப்பு,
என் துக்க இரவின் அர்த்தம்.

அமிக் ஹனா்.பி

பழக்கம்

மாலைப்பொழுது
கூரை வழியாக வீட்டுக்குள் நுழைகிறது
என் மணிக்கட்டில் இருந்து
காலத்தைக் கழற்றுகிறேன்
மேஜையின் மீதுஅதை நேர்த்தியாக வைக்கிறேன்
சுதந்திர ஆசுவாசப் பெருமூச்சு விட்டு
கனவுகள் நினைவுகள் இவற்றின் துடுப்பை எடுத்து
இருண்ட கருமை சூழ்ந்த நீரில்
என் பார்வையின் · தோணியை இழைக்கிறேன்.

பொழுது புலரும்பொழுது என் சிந்தனைத் தோணியில்
சூரியனைச் சுமந்து இங்கு கொண்டு வந்திருப்பேன்
அப்போது என் மணிக்கட்டில்
காலத்தின் கை விலங்குடன்
மாலை வரையிலும்
வெறுப்பூட்டும் அன்றாட வேலைகளை
நிகழ்த்துகிறேன்.

அமிக் ஹனா:ஃபி

மன்னிப்பு

என் நெற்றியில் எந்தத் பிரார்த்தனையும் குறியேற்றவில்லை
என் கையில் ஜபமாலை எதுவுமில்லை
என் அனுபவங்களோ துவைக்கப்படாதவை
எனது இலக்கணம் அழுக்கானது, அசுத்தமானது
என் கடிதங்கள், வார்த்தைகள் கறைபடிந்தவை,
கண்ணீராலும், ரத்தத்தாலும், அழுக்காலும்.
என் வடிவங்கள் வாழ்த்தப்படாதவை
என் போக்கும் புனித நீராட்டு அற்றவை

என் நாவின் நுனியில் இறைவனே
எப்படி உன் புனிதப் பெயரை ஏற்றுக்கொள்வேன்
உனது திராட்சை ரசம் சுத்தமானது இனிப்பானது புனிதமானது
எனது கோப்பையோ கீறல் விழுந்தது அழுக்கானது அசுத்தமானது

அமிக் ஹனா:ஃபி

கவிதை [3.11.66]

இன்றுதான் என் பிறந்த நாள்
இன்று எனக்கு முப்பத்தியெட்டு
காலம் எவ்வளவு வேகமாக விரைகிறது!
பத்தொன்பது பற்களை நான் இழந்திருக்கிறேன்
செனோரா கஃபே என் வயிற்றுனுள் இருக்கிறது
இருநூறு ஆயிரம் கோப்பை டீயின் மண்டி
முப்பது இலட்சம் சிகரெட் பிடித்திருக்கிறேன்
இப்போது என் இரத்தத்தை சீமாட்டி நிகோட்டின்
உறிஞ்சி எடுக்கிறாள்.

என் மனதின் அலமாரிகளில்
எண்ணூற்றுப் பதினைந்து புத்தகங்கள் இருக்கின்றன.
ஆறாயிரத்து ஐந்நூறு செய்தித்தாள்களின் அடுக்கு
முகங்கள்
இடங்கள் இவற்றின்
பல பல புகைப்படச் சேகர ஏடுகள்

ஒரு மனைவி, மூன்று வாண்டுகள், இரண்டு புத்தகங்கள்,
ஆறு நோட் புத்தகங்கள்
ஒரு சில நண்பர்கள், வசை, குற்றச்சாட்டுகள், தித்திக்கும்
வார்த்தைகள்
சத்தமிட்டுக் கொண்டிருக்கும் புகழின் காலி மத்தளம், தீய புகழ்
கேள்விகள் முளைத்தெழும்
மனம், ஆத்மா, இதயம் இவற்றின் தளங்கள்;
இந்த முப்பத்தெட்டு வருடங்கள் எனக்கு அளித்தவை இவைதாம்.

அலமாரித் தட்டில் கிடக்கும் புத்தகங்கள் என்னைப் படிக்கக் கேட்கின்றன.
வெற்றுப்பக்கங்கள் என்னை எழுதக் கேட்கின்றன
என் கண்களை மூடக் கேட்கின்றன சில புகைப்படங்கள்.
காகிதத்தில் மறைந்து,
சில தெளிவற்ற கவிதைகள் வெளிப்படக் கேட்கின்றன.
என்னை மேலும் சிறிது உண்ணக் கேட்கின்றன சிகரெட்டும் தேநீரும்
மேலும் சிறிது வாழக் கேட்கிறது என் ஜீவன்.
மனம் வெடிக்கக் கேட்கிறது
காலம் கடந்து போகக் கேட்கிறது
உன்னுடைய ஏதோ ஒன்றை ஒவ்வொருவரும் கேட்டு நிற்கிறார்கள்.

இந்த முப்பத்தொன்பதாவது குளிர்காலமும்
சில அவகாசங்களை எழுப்புகிறது.
அதன் கரங்களில் ‘பில்கள்’ இல்லாமல்
ரசீதுகள் மட்டுமே இருக்க விரும்புகிறேன்.
அல்லது குறைந்தபட்சம் நறுமணம் பூசிய உறைகள்
பிராணவாயு, காதல், சில பூச்செடிகள்
அல்லது என் நண்பன் ஒருவனின்
புதிய பாடல் புத்தகம்
அல்லது ரத்தத்தில் ஜரிகை சேர்த்து
எழும் கேள்விகளுக்கான பதில்கள்
பயனுள்ள, பயனற்ற சுவாசங்களின் சில இசைவுகள்
இதுகாறும் கேட்காத இன்னிசை
இதுகாறும் காணாத கனவு
முப்பத்தொன்பதாவது குளிர்காலம் என் உடலை வந்து முட்டுவது கேட்கிறது.
என் சிந்தனைக் கணப்பு
உலர்ந்த எரிபொருளுக்கு என் எலும்புகளைத் தேடுகிறது.
இவற்றுடன் சேமிக்கப்பட்டிருக்கும் என் ஆசைகளும் நம்பிக்கைகளும்

அதனால் என் பொம்மலாட்ட கை கால்கள்
அவற்றின் நடனங்களை தொடர்ந்து நிகழ்த்தக் கூடியவை.
புதிய நம்பிக்கைகளில் கிரணங்களிலிருந்து
என் இதயம் நூலெடுத்துப் பின்னுகிறது.

வேகமாக விரைகிறது காலம்!
இன்று எனக்கு முப்பத்தெட்டு
இன்று என் பிறந்த தினம்.

ஃபஹ்மிதா ரயஸ்

உனக்கும் எனக்கும் இடையே

உனக்கும் எனக்கும் இடையே
வேறு ஒன்றுமே இல்லை.
இந்த நீலநிற விரிப்பைத் தவிர.
இருப்பினும் ஏன் இந்தத் தனிமையில் மூடுபனி
என் இதயத்தின் மீது இறங்குகிறது,
ஏன் இந்த ஆழ்ந்த மௌனம்
ஒவ்வொரு கணமும் சுருங்கிப் போகிறது?

என் இதயத்தில் இருந்து கொண்டிருப்பவை
'சம்பிரதாய உறவை'யும் தாண்டி விரிந்து செல்கின்றன.
இந்த சம்பிரதாய உறவு
சுவரினூடே நம்மை எட்டிப்பார்க்கிறது.
சுதந்திரமாக என்னால் சுவாசிக்க முடியவில்லை
எனக்கு நிம்மதியும் இல்லை!

காலச்சுவடு 1 ஜன – மார்ச் 1988

அன்டானியோ மச்சடோ

கிராமப்புறம்

மாலை இறந்து கொண்டிருக்கிறது
ஒரு விவசாயியின் கணப்பு நெருப்புத் தணிவதுபோல்.

அங்கு மலைகளுக்கு மேலே
எரியும் ஒரு சில கரித்துண்டுகள் மிஞ்சியிருக்கின்றன.

முறிந்த இம் மரம், வெள்ளைப் பாதையில்
மனதைச் சங்கடப்படுத்துகிறது.

காயமுற்றுவிட்ட அடிமரத்தில் இரு கிளைகள்;
ஒன்று பட்டு விட்டது. ஒவ்வொரு கிளையிலும் கறுப்பு இலை.

நீ அழுகிறாயா? பொன்னிற நெட்டிலிங்க மரத்தின் இடையே
தூரத்தொலைவில், காதலின் நிழல் உனக்காகக் காத்திருக்கிறது.

காலச்சுவடு 2 ஏப்ரல் – ஜூன் 1988

அன்டானியோ மச்சடோ

எனக்குச் சொந்தமான நேற்று

இந்தச் சதுக்கமும்; உருண்டையான பழங்களுடன்
புன்னகைக்கும் கொழுந்து விட்டெரியும் ஆரஞ்சு மரங்களும்.
தங்கள் புத்துணர்வு குரல்களின் ஆரவாரிப்புடன்
நிழல்களை இருண்ட சதுக்கத்திலிருந்து விரட்டியபடி
தலைதெறிக்கப் பள்ளியை விட்டுப் பாயும்
சிறு குழந்தைகளின் ஒரு கூட்டம்.
குழந்தைத்தனமான களிப்பு
செத்த இந்த நகரங்களின் மூலைகளில் பூக்கிறது
எங்களுக்கே சொந்தமான நேற்றின் ஒரு பகுதி
இந்த மறந்து போன தெருக்களின் வழியே
இப்போதும் அலைய.

கொல்லிப்பாவை ஜூன் 1988

அன்டானியோ மச்சடோ

குழந்தைக் கால நினைவு

பனிக்காலத்தின் சாம்பல் பூத்த குளிர்ந்த ஒரு பிற்பகல்
பள்ளிக் குழந்தைகள் பாடங்களை
ஒப்புவித்துக் கொண்டிருக்கிறார்கள்.
ஜன்னல் கண்ணாடிகளுக்குப் பின்னால் மழையின் சலிப்பூட்டும்
சொட்டல்.
வகுப்பறையில் ஒரு சுவரொட்டியில்
தப்பித்து ஓடிக் கொண்டிருக்கும் கெயினும்
இறந்த ஆபேலும் வரையப்பட்டிருக்கிறது.
அவன் அருகே கருஞ்சிவப்பு கறை.
வயோதிக ஆசிரியர் – சீரழிந்த உடை, ஒல்லி, வறட்சி –
உரத்த வெறுமையான குரலில்
கையில் ஒரு புத்தகத்துடன்
இடி முழக்கம் செய்கிறார்.
குழந்தைத் தனமான குரல்களின்
கூட்டு சங்கீத ஓசைகள்
பாடங்களை உச்சாடனம் செய்து கொண்டிருக்கின்றன.
'ஆயிரம் நூறு ஒரு லட்சம்'
'ஆயிரம் ஆயிரம் பத்து லட்சம்'
பனிக்காலத்தின் சாம்பல் பூத்த குளிர்ந்த ஒரு பிற்பகல்
பள்ளிக் குழந்தைகள் பாடங்களை
ஒப்புவித்துக் கொண்டிருக்கிறார்கள்.
ஜன்னல் கண்ணாடிகளுக்குப் பின்னால் மழையின் சலிப்பூட்டும்
சொட்டல்.

கொல்லிப்பாவை ஜூன் 1988

அன்டானியோ மச்சாடோ

பிடிபடாத ஒன்று

உன் கண்களில் ஒரு புதிர் எரிகிறது
பிடிபடாத என் துணையே
அது காதலா வெறுப்பா எனக்குத் தெரியவில்லை;
அந்தக் கரும் அம்பறாத்தூணி இடையறாது பாய்ந்து
கொண்டிருக்கும் அந்த ஒளி
என்னுடன் நீ வரவேண்டும் என் உடல் நிழலை பரப்பிக்
கொண்டிருக்கும்போதே
என் காலணியை மணல் பற்றிக் கொண்டிருக்கும்போதே
என் பயணத்தின்போது நீ தாகமாக இருப்பாயா, தண்ணீராக
இருப்பாயா?
சொல் பிடிபடாத என் துணையே.

கொல்லிப்பாவை ஜூன் 1988

அன்டானியோ மச்சடோ

அழுகை

நான் எதை, எனது தேவனே, மிகவும் நேசித்தேனோ
அதை என்னிடமிருந்து பிடுங்கிக்கொண்டு விட்டீர்.
கேளும் என் ஈசனே,
என் இதயம் கடும் துயரத்தில்
கதறி வெளிப்படுத்துகிறது.
என்னுடையதற்கு எதிராக, என் தேவனே
உமது சித்தம் நிறைவேறியது.
என் இதயம், கடல்:
இப்போது நாங்கள் இருவரும் தனியாக.

கொல்லிப்பாவை ஜூன் 1988

அன்டானியோ மச்சடோ

தங்க முள்

நான் அலைந்து கொண்டேயிருக்கிறேன்
பிற்பகல் பாதைகளை கனவு கண்டபடி:
பொன்னிறக் குன்றுகள்,
பச்சைப் பைன் மரங்கள்,
தூசி படிந்த ஓக் மரங்கள்.
இப் பாதை என்னை எங்கு இட்டுச் செல்லும்?
நான் அலைந்து கொண்டேயிருக்கிறேன்,
பாடியபடி,
பாதைகள் இட்டுச் செல்லும் இடங்களுக்கெல்லாம்
போகும் யாத்ரீகனாக:
(அந்தி இறங்கிக் கொண்டிருக்கிறது)
"ஒரு காலத்தில் வேட்கையின் முள் ஒன்று
என் இதயத்தில் இருந்தது.
ஒரு நாள் அதைப் பிடுங்கி எறிந்தேன்.
என் இதயம் இருந்த இடத்தில், இப்போது,
நான் எதையும் உணர்வதில்லை."
ஒரு கணம் கிராமப்புறம் முழுவதும் ஸ்தம்பித்து விடுகிறது.
அமைதியாக, இருண்டு, தியானத்தில்.
காற்று நதியோரம் நெட்டிலிங்க மரத்தினூடே
பெரு மூச்சு விடுகிறது.
அந்தி கனக்கிறது:
வெளிறி வெண்மையாக ஒளிர்ந்த
முறுங்கிய பாதை
மங்குகிறது, மறைகிறது.
என் பாடல் தன் புலம்பலுக்குத் திரும்பி வருகிறது:
ஆ, கூரிய தங்க முள்ளே!
நீ குத்திக் கிழிப்பதை மீண்டும் என் இதயத்தில்
உணர முடியுமென்றால் . . . !

கொல்லிப்பாவை ஜூன் 1988

அன்டானியோ மச்சடோ

கோடை இரவு

அழகான ஒரு கோடை இரவு.
இந்தப் பழைய நகரத்தின் விசாலமான சதுக்கத்தில்
உயரமான வீடுகளின் மாடிக் கதவுகள் திறந்திருக்கின்றன.
அகலமான, ஆளற்ற, நீள்சதுர கல் பெஞ்சுகளில்
வேல மரங்கள் அவற்றின் செஞ்சீரான கரிய நிழல்களை
வெள்ளை மணலில் வரைபடம் போல் பரப்புகின்றன.
தலைக்கு மேல் நிலா;
மணிக்கூண்டில் கடிகாரத்தின் ஒளியூட்டப்பட்ட வட்டம்
நான், நான் மட்டுமே
இந்தப் பழைய நகரத்தில் உறங்காது திரிந்துகொண்டிருக்கிறேன்
அமைதியற்ற ஒரு பேய் போல்.

கொல்லிப்பாவை ஜூன் 1988

அன்டானியோ மச்சடோ

தென்றல் என்னிடம் பேசுகிறது

உன் சுத்தமான வெண்மை உடைபற்றி, கண்ணே,
தென்றல் என்னிடம் பேசுகிறது.
என் விழிகள் உன்னைப் பாரா.
என் இதயமோ உனக்காகக் காத்திருக்கிறது.

காலையில் உன் பெயரை ஏந்திக்கொண்டு
அந்தக் காற்று என்னிடம் வந்தது.
உன் காலடி ஓசையின் எதிரொலியை
மலைகள் மீண்டும் உரைக்கின்றன.
என் விழிகள் உன்னைப் பாரா.
என் இதயமோ உனக்காகக் காத்திருக்கிறது.

இருள் சூழ்ந்த மணிக்கூண்டுகளில்
மணிகள் அடிக்கின்றன.
என் விழிகள் உன்னைப் பாரா.
என் இதயமோ உனக்காகக் காத்திருக்கிறது.

சுத்தியலின் அடிகள்
கறுப்புப் பெட்டியைப் பற்றி
இடு காட்டுக்கான அந்த இடத்தைப்பற்றி
மண்வெட்டியின் தப்பென்ற ஓசைப்பற்றிப் பேசுகின்றன,
என் விழிகள் உன்னைப் பாரா,
என் இதயமோ உனக்காகக் காத்திருக்கிறது.

கொல்லிப்பாவை ஜூன் 1988

அன்டானியோ மச்சடோ

ஏப்ரல் மாதம் காலைப்பொழுது

காலைப்பொழுது. ஏப்ரல் புன்னகை பூத்துக்கொண்டிருந்தது.
எதிரே தங்கமுலாம் பூசிய அடிவானம்.
மிகவும் வெளிறிப்போன ஒளி புகாத
சந்திரன் இறந்துகொண்டிருக்கிறது.
அதன் குறுக்கே மெலிந்த பலவீனமான பேய்போல்
தாண்டிச்சென்றது ஒரு மேகம்.

இளஞ்சிவப்புக் காலை புன்னகை பூத்துக்கொண்டிருந்ததால்
அந்த ஒற்றை நட்சத்திரத்தை அதிகம் துன்புறுத்தாமல்.
கிழக்கு சூரியனுக்கு நான் என் ஜன்னலைத் திறந்தேன்.
அதிகாலைப் பூவின் மென்மையான நறுமணத்துடன்,
வானம்பாடிப் பாட்டுடன், சுனையின் சிரிப்புடன்,
என் துக்க அறையில் கிழக்கு நுழைந்தது.

ஒரு தெளிவான வருத்தம் தோய்ந்த மாலைநேரம்.
ஏப்ரல் புன்னகை பூத்துக்கொண்டிருந்தது.
காற்றுக்காக என் வீட்டில் ஜன்னல்களைத் திறந்தேன்
ரோஜாப் பூக்களின் நறுமணத்தை, மணியோசைகளை,
ஏந்தி வந்தது காற்று.

தொலைவிலிருந்து எழும் துக்கம்தரும் மணி நாதங்கள்.
ரோஜாக்களின் மென்மையான நறுமண மூச்சு.

எங்கே அந்த பூத்துக் குலுங்கும் ரோஜா தோட்டங்கள்?
இனிய பெண்கள் காற்றிடம் கூறுவது என்ன?

இறந்துகொண்டிருக்கும் ஏப்ரல் மாத
மாலைநேரத்திடம் நான் கேட்டேன்;
சந்தோஷம் கடைசியில் என் வீட்டை நோக்கி
வந்துகொண்டிருக்கிறதா?
ஏப்ரல் மாலை புன்னகை பூத்தது:
மகிழ்ச்சி உன் கதவைத் தாண்டிச்சென்றது –
அதன்பின் அது இருண்டு போயிற்று.
ஒரு முறை உன் கதவைத் தாண்டிச்சென்றது அது.
இரு முறை செல்லவில்லை.

கொல்லிப்பாவை ஜூன் 1988

அன்டானியோ மச்சடோ

பிரிவுபசாரப் பாடல்

இப்போது நிலா தன்னை மேலே எழுப்பிக்கொள்கிறது,
அந்த ஆரஞ்சுச்சோலையின் மீது.
சுக்கிரன் பிரகாசித்துக்கொண்டிருக்கிறது.
ஒரு சிறிய கண்ணாடிப்பறவைபோல்.

தொலைதூர மலைகளுக்கு அப்பால்
மஞ்சள் பிசின்போல் மரகதம்போல் வானம்,
கடலின் கண்ணாடியில்
ஊதாப் பீங்கான்போல் அது மாறுகிறது.

தோட்டத்தில் இரவு
(சாக்கடையில் தண்ணீர்;)
மல்லிகையின் மணம் மட்டுமே வீசுகிறது,
வாசனைகளின் அது வானம்பாடி.

பூத்துக்கொண்டிருக்கும் வலேன்ஷியா
க்வாடாலிவியாரை குடிக்கும்போது
கடலுக்குக் கடல் போர் தூங்குவதாகத்
தோன்றுவதும் ஒரு விசித்திரம்தான்

மெலிந்த கோபுரங்களும் மிருதுவான இரவுகளுமான வலேன்ஷியா,
வயல் மணல்கள் வளர்ந்தும்,
ஊதா நிறக் கடல் தொலைவிலுமிருக்கும் வலேன்ஷியா
உன்னை இனிப் பார்க்க முடியாது என்று ஆகும் நாளில்
என்னுடன் நீ இருப்பாயா?

கொல்லிப்பாவை ஜூன் 1988

ஆற்றூர் ரவிவர்மா

பைத்தியம்

உணவருந்தும்போது சோற்றுருண்டையில் ரத்தம்
நான் சந்துகள் தாண்டிச் செல்கையில் மாமிசத்தில்
கால் இடறிச் சுளுக்குகிறது
தண்ணீரில் கண்ணீரின் புளிப்பு
சட்டையின் புள்ளியில் ரத்தக்கறை –
என்ன மனிதனாகி விட்டேன் நான்!

தினசரியின் பக்கங்களில்,
வானொலியின் செய்தி அறிக்கையில்,
எப்போதும் கேட்கும் தெருக்களின் ஒலிகளில்
கொலைகளும் மரணங்களும் –
எதிர்ப்படக்கூடும் மரணம்
தேவாலயத்தில் குனியும்போது
பஸ்ஸுக்குக் காத்திருக்கும்போது.

தேசங்களின் பெயர்கள் –
குலப் பெயர்கள், ஆட்களின் பெயர்கள்
நினைவில்லை. என் கண் முன் சிவந்த கடல் அல்லவோ!

துப்பாக்கிக் குதிரைகளின் தாளம் செவிகளில் ரீங்கரிக்கிறது.
மூக்கில்
ரத்தம் தோய்ந்த சடலங்கள்
பெட்ரோலில் எரியும் நெடி.
தொட்டு விட்டேனோ ஒரு பிணத்தை!
தூக்க மாத்திரைகள் எவ்வளவோ விழுங்கிய பின்பும்
எப்போதும் நடுங்குகிறேன் தூக்கத்தில்.

சுற்றி வர அசுத்தத்தையே
கண்ட என் தாத்தாவின்
முற்றிய தண்ணீர் பிசாசு[1] என்னிலும் உயிர் வாழ்கிறதா என்ன?

மலையாளத் தலைப்பு: 'பிராந்து'
காலச்சுவடு 7 ஜூலை–செப் 1989

---

1. ஒரு மனநோய் (Obsessional Psychoneurosis) அசுத்தமாக இருக்கிறோம் என்ற எண்ணத்தில் சதா சுத்தம் செய்து கொண்டிருப்பது. இந்தப் பழக்கம் வாரிசுகளுக்கும் தொற்றக் கூடியது.

வில்லியம் கார்லோஸ் வில்லியம்ஸ்

இவ்வளவுதான் சொல்ல

ஐஸ் பெட்டியில்
இருந்த
ப்ளம்பழங்களை
நான் தின்று விட்டேன்

ஒருக்கால்
காலை உணவுக்காக
நீ வைத்திருந்ததோ
என்னவோ

என்னை மன்னித்து விடு
ரொம்ப ருசி அவை
ஒரே தித்திப்பு
சில்லென்று

காலச்சுவடு 8 அக் – டிச 1989

கிய்விக் கவிதைகள்

எறும்பு

ஓர் எறும்பின் சடலத்தைப்
பற்றியா பேசுகிறாய்?
அதுதான் –
அந்தப் பசும்புல் தரைமீது.
உலகம்
மனிதனுக்காகப் படைக்கப்பட்டது
என நாம் நன்கறிவோம்
விதியின் தவறுகளை
நாம்
துடைத்தெறிய வேண்டும்
மனிதனின் புரிதலுக்கும் அப்பால்
ஊர்ந்து செல்லும்
அச்சமூட்டும் பிராணிகளே
உங்களை மீண்டும்
விண்ணுலகிற்கே அனுப்ப வேண்டும்
ஓ, நீங்கள்
ஆயிரம் மடங்கு
உயரமாக இருந்து
துப்பாக்கியும் ஏந்தியிருந்தீர்கள் எனில்
உங்களுக்கு மரியாதை கிடைத்திருக்கும்
கொதிநீருக்குப் பதிலாக.

செய்திக் குறிப்பு

ஒரு நாற்காலியைப் பற்றி
இவ்வளவு அலட்டல்
இருந்திருக்க வேண்டுமா?
நாற்காலி ஒரு குற்றமல்ல
அது பழம் பலகை
தன் மரத்தை மறந்து
ஓய்வெடுத்துக்கொண்டிருக்கிறது
அதன் விரோதம்
வலுவற்றது.
இதற்குமேல் அதற்குத் தேவையில்லை
திருப்பித்தர அதற்கு எதுவுமில்லை
அதிலேயே இருக்கிறது அதன் சுழல் காற்று
அது தன்னிறைவு கொண்டது.

கோர உருவங்கள்

சில கோர உருவங்கள் மிக நல்லவை
அவை கண்களை மென்மையாக மூடி
உன்னருகே அமர்ந்து
மயிர் அடர்ந்த ஒரு கையை
உன் மணிக்கட்டின் மீது வைக்கும்
ஒரு மாலைப்பொழுதில்
பிரபஞ்சம் முழுவதும்
ஊதா வண்ணமாக மாறிப்
பாறைகள் அவற்றின்
மனம் பிறழ்ந்த விசை வீச்சின் வளைவுகளை
மீட்டெடுக்கும்போது
அவை விழித்தெழும்.

நான் தச்சனைப் பார்த்திருக்கிறேன்

தச்சன் நீளப்பலகைகள் தறிப்பதைப்
பார்த்திருக்கிறேன்
தச்சன் பல பலகைகள் ஒப்பிடுவதைப்
பார்த்திருக்கிறேன்
தச்சன் சிறப்பாக வந்தவற்றைச் சீராட்டுவதைப்
பார்த்திருக்கிறேன்
தச்சன் அதை இழைப்புளிக்குக்
கொண்டுசெல்வதைப் பார்த்திருக்கிறேன்
தச்சன் அதற்குப் பூர்ண வடிவம் தருவதைப்
பார்த்திருக்கிறேன்
அந்த மரப் பெட்டியை இணைத்தபோது
தச்சனே, நீ பாடிக்கொண்டிருந்தாய்
உன் உருவத்தை மரத்தின் மணத்துடன்
என் மனத்தில் தக்கவைத்துக் கொண்டிருக்கிறேன்
ஏனெனில் நான் சொற்களால் புனைபவன்
இதில் ஒருவித ஒற்றுமை இருக்கிறது.

உரித்த மாட்டிறைச்சி

இந்த இறைச்சியில் ரத்தம் ஒழுகியது
இந்த இறைச்சியில் அற்புதமான
புரிந்துகொள்ள முடியாத
உடற்சூடு துடித்தது.
அதன் கண்ணின் ஆழத்தில் இப்போதும்
சிறிது ஒளி இருக்கிறது.
அதன் இடுப்புச்சதையை இப்போதும்
நீ வருடித் தர இயலும்
இப்போதும் உன் தலையை அங்கே வைத்து
உன் பயத்தைத் தணித்துக்கொள்ள முடியும்.

முகம்

இடிபாடுகளின் ஊர்
முட்புதர்களின் ஊர்
வறட்சியில் காய்ந்துபோன பாறைகள்
நிலம்
பால் கேட்கும்
புண்பட்ட தொண்டை
ஆண் துணையற்ற பெண்
கொதிநீர் ஊற்றிய
எறும்புக் குவியல் போன்ற பாறை
கருப்பை அற்ற நிலம்
வாத்திய ஒலி
நீதிபதி – முகம்.

இந்தக் கரை. . .

இந்தக் கரைகளிலிருந்து
வைகறைப் புல்லைக் கொண்டு வா
சூரியன் அடையும்போது
அவனுக்கு நன்றி சொல்
மீண்டும் மீண்டும்.
நறுமண இலைகளையும்
பசும் புதர்ச் செடியின் முளைகளையும்
அவனுக்குக் கொடு.
இவை சின்னஞ்சிறியவைதாம்
எனினும் அவற்றையும்
அவன் அறிவான்.

கார்னக்கில்

கடலின் ஆழங்களில்
புதை படிவங்களினிடையே
அந்தக் கருப்பு ராட்சசன்
எழுந்து
சுற்றும் முற்றும் பார்க்கும்போது
ஆகாயத்தின் வெற்றிடங்களில்
விண்மீன்கள் குளிர்கொள்ளும்
அவை முழங்கையோடு முழங்கை உரசிச்
சூடேற்றிக்கொள்ள வேண்டும்
மாண்ட நூறாயிரம் பேரின் இறந்த கண்கள்
நதிகளில் விழுந்து
மிதக்கின்றன.

(* கார்னக்: கவிஞரின் சொந்த ஊர்)

மலைகள்

மண்ணாலான இம்மலைகளை
அவற்றின் இடங்களிலேயே
அவற்றின் விதியை எதிர்கொள்ளும்படி
விட்டுவைத்திருக்க வேண்டும்,
முலைகளின் வடிவமும்
மூச்சும் கொண்டவை என்றாலும்.
நாம் தாண்டிச் செல்லும்
அந்த நீலநிற நெற்றியை அவை உருவாக்க
அவற்றை விட்டுவைத்திருக்க வேண்டும் –
ஊளைச் சதையும்
உள்ளே கோபமும் கொண்ட
நாம்.

பொழுதோடு விழிப்பவனாவேன்

இந்த வேனிற்காலக் காலைப் பொழுதில்
விரைவிலேயே விழித்தெழுவேன்
இன்னும் நீண்ட இரவு ஓய்வுக்காக
வருந்தமாட்டேன்.
என் கழுத்திற்கும் என் முகத்திற்கும்
இந்தக் குளிர்ந்த நீரை விரும்புகிறவனாவேன்
தேனீயை முடிவற்ற அதன் பணியில்
பொறாமையுடன் கவனிக்கிறவனாவேன்
அதைப் புரிந்து கொள்கிறவனாவேன்.
அதிகாலை விழித்து ஒருவிதத்தில்
அந்தத் தேனீயைப் போல் கடுமையாக
உழைக்கும்
அந்தக் கெட்டிமரத்தைப் பார்ப்பவனாவேன்
அதில் திருப்தி பெறுபவனாவேன்.
விடிவதற்கு முன் விழிப்பவனாவேன்
நாளொன்று தொடங்குகிறது எனப்
புரிந்துகொள்பவனாவேன்
இதோ, இதுவே வெற்றிதான்.

சூரியன்

சூரியன் ஒருபோதும்
தன்னில் தவிர
இரவைப் பார்க்காது
அது வெளியே எறியும் இருள்
அதைச் சுற்றி
ஒளியாக உறைந்துவிடுவதால்.

சுடர்

நான் சுடரைப் பார்த்திருக்கிறேன்
எங்கும் அது இருக்கின்றது.
ஏதும் நல்லதை எந்நேரம் தேடினாலும்
நான் எதைப் பார்த்தாலும் அதில்.
அது அங்கு வாழ்கிறது; அசைகிறது
ஒரு சொல்லுக்குச் சற்றேனும் மிகையின்றி
துத்தநாகத் தகட்டில், சுவர் அலமாரிக் கதவில்,
பென்சிலில், கடிகாரத்தில், கோப்பை மதுவில்,
புகையிலை ஜாடியில், ஸ்டவ்வின் இனாமலில்,
மேஜைமீது காகிதத்தில், சுத்தமான துணியில்,
சுத்தியலின் தலையில், செப்புக் குழாயில்,
கால் மேலிட்ட கால் முட்டில்,
உன் மிக மறைவான இடங்களில்
சில சமயம் அது கணப்பு மேடையில்
தன்னை வெளிப்படுத்தியவாறு
தன்னை அறிவித்தவாறு
அழிவை நோக்கி விரைந்தபடி
இருக்கிறது.
பிற இடங்களில், பிறரைப் போலவே
தன் இடத்தைத் தேடுகிறது.
மௌனத்தின் சதையில்
அது தன் இசையைத் தேடுகிறது
வரவிருக்கும் காலத்தை எரித்தபடி
உறங்க மறுத்துத்
தன் தீச்சுடர்ப் பணியைத் தொடர்ந்து
நம்மைக் காத்தும்
புன்னகை புரிய விரும்புகிறது.

எது எது

எது எது கல்லில் இல்லையோ
எது எது கல்லும் மண்ணும் கொண்ட
சுவரில் இல்லையோ
மரத்தில்கூட இல்லையோ
எது எது எப்போதும் சிறிது நடுங்குகிறதோ
நல்லது, அது நம்மிடம் இருக்கிறது.

குளிர்கால மரம்

மரம் இங்கு இப்போது நின்றுகொண்டிருக்கிறது
கட்டையைத் தவிர வேறில்லை
ஒரு பறவைபோல் நிலைத்து நிமிர்ந்து
தலையைத் தாழ்த்தியபடி
மரம் உயிர் பிழைத்து நிற்கிறது
கட்டைபோல்
பறவைபோல்
அசையாமல்.

பிரெஞ்சிலிருந்து ஆங்கிலத்தில் : Teo Savery
Guillevic : *Selected Poems*
Penguin Modern European Poets (1974)

காலச்சுவடு 17 ஏப்ரல் – ஜூன் 1997

டடியூஸ் ரோசெவிக் கவிதைகள்

பயம்

உன் பயம் சக்தி வாய்ந்தது
மூலப் பொருளைத் தேடுவது
என்னுடையதோ
சிறு கைப்பெட்டியும்
ஒரு கோப்பும்
ஒரு வினாப்பட்டியலும் கொண்ட
இளநிலை எழுத்தரது
எப்போது நான் பிறந்தேன்
ஆதரவுக்கு எனக்கு என்ன வழி
எதை நான் செய்யவில்லை
எதை நான் நம்பவில்லை
இங்கு நான் என்ன செய்துகொண்டிருக்கிறேன்
எப்போது நிற்கும் என் பாசாங்கு
எங்கு நான் செல்வேன்
இனி

சுமையை அகற்றுகிறார்கள்

உன்னிடம் வந்து
அவன் சொல்கிறான்
உலகத்திற்கோ அல்லது உலகத்தின் முடிவிற்கோ
நீ பொறுப்பாளன் அல்லன்
உன் தோள்களிலிருந்து சுமையை அகற்றியாயிற்று
நீ குழந்தைகளையும் பறவைகளையும் போல
போ, விளையாடு
அவர்கள் விளையாடுகிறார்கள்
தற்காலக் கவிதை
மூச்சுவிடுவதற்கான போராட்டம் என்பது
அவர்களுக்கு மறந்து போகிறது

இதயத்திற்கு

ஒரு சமையற்கலை நிபுணனை
நான் கவனித்தேன்
ஆட்டின் சுவாசக்குழாயின் ஊடே
தன் கையைச் செலுத்தி
அதன் உடலினுள்ளே
திணித்துக்கொண்டே போய்
சட்டென இதயத்தைப் பற்றிய
அவனது விரல்கள்
இதயத்தைக் கவ்வி
ஒரே இழுப்பில்
அதைப் பிடுங்கி எடுத்துவிட்டான்
ஆமாம்
ஒரு நிபுணன்தான் அவன்
சந்தேகமில்லை

போலிஷிலிருந்து ஆங்கிலத்தில் : Adam Czerniawski
Tadeuse Rózewicz : Selected poems
Penguin Modern European Poets (1976)

காலச்சுவடு 24 ஜனவரி – மார்ச் 1999

கிகாகு
1661-1707

படகுக்கு மேலே
வயிறுகள்
காட்டு வாத்துக்களின்

இஸ்ஸா
1763-1827

கிளையிலிருந்து
மிதந்தொழுகும் நதி
பூச்சியின் பாட்டு

(ஜப்பானிய மொழியிலிருந்து ஆங்கிலத்தில்:
லூசியன் ஸ்ட்ரிக், டகாஷி இகேமோடோ)

ஆரண்யம் அக்–டிச. 1999

ஜீன் ஃபொல்லெயன்
1903 - 1971

கோளங்களின் இசை

இருப்புச் சாவிகள் சட்டைப் பையில் சிணுசிணுக்க
பனி உறைந்த பாதையில் நடந்து கொண்டிருந்தான்
ஏதோ நினைவில் கூர்முனைப் பூட்சால்
பழைய குவளையின் வளைவில் எத்தினான்
அதன் குளிர்ந்த காலித்தன்மையுடன் சில கணங்கள்
உருண்டு
சற்றுத் தடுமாறி நிலைகெட்டு நின்றது
விண்மீன்கள் வாரி இறைக்கப்பட்ட வானத்தின் கீழே.

பிரெஞ்சிலிருந்து ஆங்கிலத்தில்:
ஜெஸ்லாவ் மிலோஜ், ராபர்ட் ஹஸ்

ஆரண்யம் அக் – டிச. 1999

ப்ளெயிஸி செண்ட்ரார்ஸ்
1887 - 1961

அறுவடை

ஒரு ஆறு சிலிண்டர் காரும் இரு ஃபோர்டுகளும்
ஆற்றின் ஆழமற்ற பாதையின் நடுவே
அடிவானம் வரையிலும் ஒவ்வொரு திசையிலும்
இயந்திரம் அறுவடை செய்த கதிர்க்கட்டுகள்
சதுரங்கப் பலகையின் சாய் சதுர உருவங்களின்
சற்றே சாய்ந்த வரிசைபோல்
ஒரு மரம் இல்லை
வடக்கே இருந்து வருகிறது
கதிரடிக்கும் இயந்திரம், தீவனமேற்றிய வண்டிகளின்
கணகணப்பும் கடகடப்பும்
தெற்கிலிருந்து வருகிறது
பன்னிரண்டு காலி ரயில் பெட்டிகள்
கோதுமையை அள்ளி எடுத்துச் செல்ல.

பிரஞ்சிலிருந்து ஆங்கிலத்தில் : மொனிக் செஃபோர்

ஆரண்யம் அக்–டிச. 1999

ப்ளெயிஸி செண்ட்ரார்ஸ்
1887 - 1961

தெற்கு

இப்போதுதான் வந்து நின்றது ரயில்
சுட்டெரிக்கும் இந்தப் பின் வேனல்
காலைப்பொழுதில்
இறங்கினர் இரண்டே பயணிகள்
இருவருக்கும் காக்கி உடை
இருவருக்கும் கார்க் மரத் தலைக்கவசம்
இருவர் பின்னும் அவர்களின் சுமை சுமக்கும்
கறுப்பின வேலையாள்
கடும் நீல வானில் வெளிர் வெள்ளை வீடுகள் மீது
படிகிறது இருவரின் சகஜப் பார்வை
காற்று புழுதி வளையங்களைச் சுழற்றி அடிக்கிறது
ஒரே வாடகை வண்டியின் இரு மட்டக்
குதிரைகளைச் சுற்றி ஈக்களின் ரீங்காரம்
அயர்ந்து தூங்குகிறான் வண்டிக்காரன் வாயை
அகலத் திறந்தபடி.

பிரஞ்சிலிருந்து ஆங்கிலத்தில் : மொனிக் செஃபோர்

ஆரண்யம் அக்.–டிச. 1999

கார்லோஸ் டிரம்மண்ட் டி அன்ட்ரேட்
1902-1987

பாதையின் நடுவில்

ஒரு கல் இருந்தது பாதையின் நடுவில்
பாதையின் நடுவில் ஒரு கல் இருந்தது
ஒரு கல் இருந்தது
ஒரு கல் இருந்தது பாதையின் நடுவில்
என் களைத்துப்போன விழித்திரையின் வாழ்க்கையில்
இச்சம்பவத்தை நான் ஒரு நாளும் மறவேன்
பாறையின் நடுவில் ஒரு கல் இருந்ததை
ஒரு நாளும் நான் மறவேன்
பாதையின் நடுவில் ஒரு கல் இருந்தது
ஒரு கல் இருந்தது பாதையின் நடுவில்.

போர்ச்சுக்கீசிலிருந்து ஆங்கிலத்தில்: எலிசபெத் பிஷப்

ஆரண்யம் அக். – டிச. 1999

வில்லியம் கார்லோஸ் வில்லியம்ஸ்
1883 - 1963

சிவப்பு நிற ஒற்றைச் சக்கரத் தள்ளுவண்டி

நிறையவே சார்ந்து இருக்கிறது
வெள்ளைக் கோழிக் குஞ்சுகளுக்கு
அருகே
மழை நீரால்
வழவழப்பாக்கப்பட்ட
ஒரு சிவப்பு நிறத் தள்ளுவண்டியின் மீது.

ஆரண்யம் அக். – டிச. 1999

ராபர்ட் க்ரீலி
1926

அவர்கள் கூறுவது போல்

மரத்துக்குக் கீழே சற்று
மென்மையான புல்லில் நான் அமர்ந்தேன்
இரு சந்தோஷமான மரங்கொத்திகள்
என் வருகையால்
கலவரமடைவதை கவனித்தேன்
ஏன் அடையக் கூடாது
எனக்கு நானே நினைத்துக் கொண்டேன்
ஏன் அடையக் கூடாது

புது எழுத்து ஜன.–மார்ச் 2000

டெனிஸ் லெவர்டோவ்
1923

சாட்சி

சில சமயம் மேகத்திரைகளால்
மலை என்னிடமிருந்து மறைக்கப்படுகிறது
சில சமயம் நான் மலையிலிருந்து மறைக்கப்படுகிறேன்
கவனமின்மை, அலட்சியம், சோர்வு
எனும் திரைகளால்
அதன் சாட்சிபூத இருப்பை
மீள் உறுதி செய்ய
ஒரு தெளிவான பகல் வேளையில்
கரையோரம் செல்ல
அல்லது பாதையில் சில எட்டுக்கள் நடக்க
மறுக்கவோ அல்லது மறக்கவோ
நேரும்போது

புது எழுத்து ஜன–மார்ச் 2000

மூசோ சொஸிகி
1275-1351

மகோன்னத சிகரம்

அதன் இயல்பாகவே
மேலெழுந்து நிற்கிறது
நதியின் சிடுக்குகள் மீது
அடுக்கி வைக்கப்பட்ட
அழுக்கின் குவியல் என
அதைக் கூறாதே
வைகறைப் பனியும்
மாலை மேகமும்
முடிவின்றி தங்கள் நிழல்களை
குறுக்கே வரைகிறது
நான்கு திசைகளிலிருந்தும்
நீ தலை தூக்கிப் பார்க்கமுடியும்
பசுமையாய், செங்குத்தாய், கரடுமுரடாய்

ஜப்பானிய மொழியிலிருந்து ஆங்கிலத்தில்
டபிள்யு. எஸ்.மெர்வின்
புது எழுத்து ஜன–மார்ச் 2000

சாங் சி
(768 - 830)

ஒரு மீனவரின் குடிசைக்கு இரவில் வருகை

நதியின் சங்கமம் அருகே ஒரு மீனவர் குடிசை
அதன் குச்சிக் கதவு வரை ஏரியின் வெள்ளம்.
வழிப்போக்கன் இரவு தங்கக் கெஞ்சி நிற்பான்.
ஆனால் குடிசைக்காரர் இன்னும் திரும்பவில்லை
அடர்ந்த மூங்கில் காடு, கிராமமோ வெகு தொலைவில்
நிலா உதிக்கிறது, மீன் படகுகளோ ஒரு சில.
அதோ! வெகு தொலைவில், மணற் கரை வழியே
அவர் வைக்கோல் ஆடையை வசந்தகாலக் காற்று அசைக்கிறது.

சீன மொழியிலிருந்து ஆங்கிலத்தில் ஜெ.ஜி. ஸீட்டன்

புது எழுத்து ஜன–மார்ச் 2000

ஊடுருவும் சில ஒளிகள்

இங்கு வெளியாகியிருக்கும் கவிதைகள் செஸ்லாவ் மிலோஸ் *1996*இல் ஆங்கிலத்தில் வெளியிட்ட உலகக்கவிதைகளின் தொகுப்பிலிருந்து தேர்வு செய்யப்பட்டவை. இத்தொகுப்பின் தலைப்பு, *A Book of Luminous Things.* இதிலிருந்து நான் மொழிபெயர்த்துள்ள ஏழு கவிதைகள் 'ஆரண்யம்' இதழிலும் நான்கு கவிதைகள் 'புது எழுத்து' இதழிலும் வெளிவந்துள்ளன.

செஸ்லாவ் மிலோஸ் தான் தேர்வு செய்திருக்கும் கவிதைகள் பற்றித் தம் தொகுப்பில் சிறியளவிலான குறிப்புகள் தந்துள்ளார். அவரது பார்வையில் கவிதையின் சாரத்தைச் சுட்டுபவை இக்குறிப்புகள். சுதந்திர மனநிலையில் தமிழ் வாசகன் இக்கவிதைகளைப் படிக்கவேண்டும் என்ற எண்ணத்தில் நான் இக்குறிப்புகளை மொழிபெயர்க்கவில்லை.

தமிழில் கடந்த காலத்தில் கவிதை மொழிபெயர்ப்புகளுக்கான தேர்வில் கவிஞர்களின் பெயர்கள் பெற்றுள்ள மதிப்புக்கும் இயக்கம் சார்ந்த சார்புநிலைக்கும் அதிக அழுத்தம் தரப்பட்டுள்ளது. கவிஞர்கள் பெற்றிருக்கும் படிமங்களை மறந்து, இயக்கம் சார்ந்த உணர்வுகளைத் தாண்டி ஒரு கவிதையின் உள்ளார்ந்த கவித்துவத்தை மதிப்பிடும் பயிற்சி தமிழ் வாசகர்களுக்குக் குறைவாகவே இருக்கிறது. செஸ்லாவ் தம் தொகுப்பில் பிரபலக் கவிஞர்களின் கவிதைகள் எவற்றையுமே சேர்க்கவில்லை. இந்தப் பார்வையில் இன்றையத் தேவை சார்ந்த ஒரு நியாயம் இருப்பதாகக் கருதுகிறேன். வால்ட் விட்மன், மயக்கோவ்ஸ்கி, பாப்லோ நெருதா, அக்டோவியா பாஸ், குந்தர் க்ராஸ் போன்ற பல கவிஞர்களின் கவிதைகள் மொழிபெயர்க்கப்பட்டுச் சிற்றிதழ்களில் வந்திருக்கின்றன. கவிதை விமர்சகர்கள் பலராலும் மதிக்கப்படும் இக்கவிஞர்கள் நம் சூழலில் ஒரு குறிப்பிட்ட காலத்தில் அழுத்தம் பெறுகின்றனர். அதற்கு அடுத்த கட்டத்தில் முற்றாக மறக்கப்படவும் செய்கின்றனர். அரசியல் பார்வையின் வரையறையை இத்தேர்வுகளும் அழுத்தங்

களும் நமக்கு நினைவூட்டுகின்றன. இங்கு மொழிபெயர்க்கப்பட்டிருக்கும் கவிஞர்களின் பெயர்களைவிட இக்கவிதைகள் முக்கியமானவை. கவிதைகளுடன் நேரடியாகத் தொடர்புகொண்டு கவித்துவ அனுபவத்தைப் பெற இக்கவிதைகள் எளிய பங்கை ஆற்றலாம் என்று நம்புகிறேன். இன்று நம்மிடையே உருவாக்கப்படும் மோஸ்தர் மனோபாவங்கள் இவ்வகையிலான கவிதைகளை உதாசீனப்படுத்தத் தூண்டுபவை.

இக்கவிதைகளைத் தேர்வுசெய்த செஸ்லாவ் மிலோஸ் பற்றிச் சில அடிப்படை விவரங்களைத் தெரிந்து கொள்ளலாம்:

செஸ்லாவ் மிலோஸ் 1911இல் லிதுவானியாவில் பிறந்தார். லிதுவானியா ரஷ்யாவின் மேற்குப் பகுதியில் பால்டிக் கடலையொட்டி இருக்கிறது. இவர் சிறு வயதில் சைபீரியாவிலும் சிறிது காலம் வாழ்ந்திருக்கிறார். முதல் உலகப் போருக்குப் பின் போலந்து சென்றார். அங்கு கத்தோலிக்கப் பள்ளியில் கல்வி கற்றார். கல்லூரி நாட்களில் அவருடைய தலைமுறையைச் சேர்ந்த பலரையும் போலவே இவரும் இலக்கிய – அரசியல் குழுக்களால் ஈர்க்கப்பட்டு மார்க்சியத் தத்துவத்தால் பாதிக்கப்பட்டார். 1934இல் பாரிஸில் வாழத் தொடங்கியபோது தீவிரமாகக் கவிதைகள் எழுத முற்பட்டார். இரண்டாம் உலகப் போரின்போது வார்ஸாவில் ஒரு எழுத்தாளராகவும் இதழாசிரியராகவும் பணியாற்றினார். போர் முடிந்ததும் வாஷிங்டனில் போலந்து தூதரகத்தில் செயலாளராகப் பணியாற்றத் தொடங்கினார். 1951இல் போலந்து அரசாங்கத்துடன் தன் உறவுகளை முறித்துக்கொண்டு பாரிஸில் பத்தாண்டுகள் வாழ்ந்தபின் அமெரிக்கா சென்றார். பெர்கிலியில் கலிபோர்னியா பல்கலைக்கழகத்தில் ஸ்லாவிக் மொழிகளைச் சேர்ந்த இலக்கியங்களைக் கற்றுத்தரும் பேராசிரியராகப் பணியாற்றத் தொடங்கினார். இவர் நாவல்களும் கவிதைகளும் கட்டுரைகளும் எழுதியுள்ளார். நாவல்களில் புகழ்பெற்றது *The Issa Valley*. புனைகதைகள் அல்லாதவற்றில் குறிப்பிடத் தகுந்தவை *The Captive Mind, Emperor of the Earth, Modes of Eccentric Vision*. பல கவிதைத் தொகுப்புகள் வெளிவந்துள்ளன. தேர்ந்தெடுத்த கவிதைகளின் தொகுப்பு *Selected Poems* என்ற தலைப்பில் 1973இல் வெளிவந்தது. நிறையப் பரிசுகளும் கௌரவங்களும் பெற்றுள்ளார். 1980இல் நோபல் பரிசு பெற்றார்.

வில்லியம் கார்லோஸ் வில்லியம்ஸ்

ஒரு பாட்டாளிச் சித்திரம்

எதுவும் அணியாத தலையுடன்
ஒரு ஸ்தூலமான இளம் பெண்
ஆடைமேல் மேலாடை அணிந்தபடி
தெருவில் நிற்கிறாள்
பின்னால் வாரிவிடப்பட்ட வழவழப்பான தலையுடன்
உறை அணிந்த ஒற்றைக் காலின்
பெருவிரலை நடைபாதையில் தட்டியபடி
அவள் கைகளில் அவள் காலணி.
கூர்ந்து பார்க்கிறாள் அதனுள்
ஒட்டியிருந்த தாளைக் கிழிக்கிறாள்
அவளைத் துன்புறுத்திக்கொண்டிருக்கிற
ஒரு ஆணி தெரிகிறது.

ஆடம் ஜாகாஜேவ்ஸ்கி

காரின் கண்ணாடி

பின்புறம் காட்டும் கார் கண்ணாடியில்
சட்டென்று ப்யுவாயி தேவாலயத்தின் பெரும் பகுதியைக் கண்டேன்
பெரிய பொருள்கள் சிறியவற்றில் குடியிருக்கின்றன
ஒரு நொடிப் பொழுதேனும்.

போலிஷிலிருந்து ஆங்கிலத்தில் :
ஸெஸ்லாவ் மிலோஸ், ராபர்ட் ஹஸ்

வாங் சியன்

புதிய மனைவி

மூன்றாவது நாள் அவள் சமையலறைக்குள் புகுந்தாள்
தன் கைகளைக் கழுவிக்கொண்டாள்
கஞ்சி தயாரித்தாள்
தன் மாமியாரின் ருசி பற்றி ஏதும் அறியாத நிலையில்
நாத்தியிடம் ருசி பார்க்கச் சொன்னாள்.

சீன மொழியிலிருந்து ஆங்கிலத்தில் : ஜே. பி. ஸீயாடன்

டூ·ஃபு (713-770)

மற்றொரு வசந்தம்

சாம்பல் நிற நதியின் மேலே வெள்ளைப் பறவைகள்
பச்சைக் குன்றுகள்மீது செந்நிற மலர்கள்
விடைபெறும் வசந்தத்தைக் கண்டு நான் எண்ணிப் பார்க்கிறேன்
வீட்டுக்கு என்றாவது திரும்புவேனா என்று.

சீன மொழியிலிருந்து ஆங்கிலத்தில் : கென்னத் ரெக்ஸ்ராத்

ரைசார்டு க்ரினிக்கி

என்னால் உதவ முடியாது

பாவம் விட்டில் பூச்சி
என்னால் உனக்கு உதவ முடியாது
விளக்கை அணைக்க மட்டுமே
என்னால் முடியும்.

போலிஷ் மொழியிலிருந்து ஆங்கிலத்தில் :
ஸ்டானிஸ்லாவ் பரன்ஜாக், கிளாரே கவானக்

ஸ்டீவ் கோவிட்

காலைப்பொழுதில்

காலைப்பொழுதில்
தன் கண்ணாடியை ஏந்திய
அந்த மங்கை
தன் விரலால்
தன் மிருதுவான
உதட்டைத்
தொட்டுவிட்டுத்
தன் நாக்கின் நுனியால்
அதை நக்கியபடி
புன்னகை பூக்கிறாள்
தன் கண்களை
மெச்சியவாறு,

சமஸ்கிருதக் கவிதையைத் தழுவியது

ஜேம்ஸ் தற்றே

வாலில்லாக் குரங்குக்கு எழுதக் கற்றுத்தருதல்

*வாலில்லாக் குரங்குக்குக் கவிதை எழுதக் கற்றுத்தருவதில்
அவர்களுக்கு ஒன்றும் அதிகச் சிரமம் இல்லை:
முதலில் அவர்கள் குரங்கை நாற்காலியோடு பிணைத்தார்கள்
பின் பென்சிலை அதன் கையைச் சுற்றிக் கட்டினார்கள்
(காகிதம் ஏற்கனவே அறைந்து வைக்கப்பட்டிருந்தது)
அதன்பின் டாக்டர் ப்ரூபியர் அதன் தோளோடு சாய்ந்து
நின்று
காதுகளில் குசுகுசுத்தார்:
"ஒரு கடவுள் போல் அமர்ந்திருக்கிறாய்.
ஏதேனும் எழுத நீ ஏன் முயலக்கூடாது?"*

லூயி சிம்சன்

நடுநிசிக்குப் பின்

வெறிச்சோடிக் கிடக்கின்றன இருட்டுத் தெருக்கள்
உறங்கும் உடல்போல், மென்மையாக.
ஒரு மருந்துக் கடை மட்டும் ஒளி வீசுகிறது.
பின்பக்கம் தற்கொலைகள்மீதும்
கருச்சிதைவுகள்மீதும் பளபளக்கும்
வெண்மைநிற குமிழ் விளக்கு.
இந்த இருள் வீடுகளில் யார் வசிக்கிறார்கள்?
நானே இங்கு வசிக்கலாம் எனத்
திடீரென உணர்கிறேன்.
பட்டறைப் பணியாளன் திரும்பி வருகிறான்
சில்லரைகளை என் கையில் போடுகிறான்
ஒற்றைக் காசுகளைக் கவனமாக எண்ணியபடி.

லியோபோல்டு ஸ்டாஃப்

அஸ்திவாரங்கள்

நான் மண்ணின்மீது கட்டினேன்
அது சிதைந்து விழுந்தது
நான் பாறைமீது கட்டினேன்
அது உருண்டு விழுந்தது
இனி நான் கட்டும்போது
புகைபோக்கியின் புகையிலிருந்து
என் பணியைத் தொடங்குவேன்.

போலிஷிலிருந்து ஆங்கிலத்தில் : செஸ்லாவ் மிலோஸ்

காலச்சுவடு 30, ஜூலை – ஆகஸ்ட் 2000

விஸ்லாவா சிம்போர்கா

பார்வையற்றவனின் இரக்கம்

ஒரு கவிஞன் அந்தப் பார்வையற்றவர்களுக்கு வாசிக்கிறான்.
அது மிகக் கடினமென அவன் சந்தேகம் கொள்ளவில்லை.
அவன் குரல் உடைகிறது.
அவன் கைகள் நடுங்குகின்றன.
இருளின் சோதனைக்கு இங்கு ஒவ்வொரு வாக்கியமும்
உள்ளாகிறது என்று அவன் உணருகிறான்.
ஒளிகளோ வண்ணங்களோ இன்றி
அது தன்னைக் காத்துக்கொள்ள வேண்டியிருக்கிறது.

அவனது கவிதைகளில் நட்சத்திரங்களுக்கு,
விடிவெள்ளிக்கு, வானவில்லுக்கு, மேகங்களுக்கு,
நியான் விளக்குகளுக்கு, சந்திரனுக்கு,
நீருக்குள் இப்போது வரையிலும்
ஒரே வெள்ளியாக இருந்த மீனுக்கு,
வானத்தில் நிசப்த உயரத்திலிருக்கும் கழுகுக்கு
அனைத்திற்கும் ஆபத்து மிகுந்த சாகசம்தான்.

அவன் வாசிக்கிறான் - நிறுத்த வெகுவாகத் தாமதமாகி விட்டது
என்பதாலும் -
பச்சைப் புல்தரையில் மஞ்சள் மேலாடையிலிருக்கும்
அந்தச் சிறுவனைப் பற்றி,

பள்ளத்தாக்குகளில் சுலபமாகத் தெரிகிற செந்நிற கூரைகளைப் பற்றி,
விளையாட்டுக்காரர்களின் சட்டைகளின் பதற்றமான எண்களைப் பற்றி,
வெடித்துத் திறந்த வாசலின் அம்மண அந்நியன் பற்றி.

கத்ரீடல்களின் கூரைப் புனிதர்களையும்,
ரயில் ஜன்னல்களில் விடைபெறும் கையசைப்புகளையும்,
பூதக்கண்ணாடி வில்லையையும், இரத்தினக் கல்லின் ஒளிக்கீற்றையையும்,
வீடியோ திரைகளையும், கண்ணாடிகளையும்,
முகங்கள் நிறைந்த ஆல்பங்களையும்
அவன் தாண்டிப்போக விரும்புவான்— அதொரு தேர்வல்ல என்றாலும்கூட.

என்றாலும் பெரிது பார்வையற்றவர்களின் இரக்கம்,
பெரிது அவர்களது கருணையும், பெருந்தன்மையும்.
அவர்கள் செவி சாய்க்கிறார்கள், புன்னகைக்கிறார்கள், கை தட்டுகிறார்கள்,
தலைகீழாகப் பிடித்துக் கொண்ட புத்தகத்துடன்
ஒருவன் அணுகவும் செய்கிறான்,
பார்வைக்குத் தெரியாத கையெழுத்தை வாங்கும் பொருட்டு

போலிஷ் மொழியிலிருந்து ஆங்கிலத்தில்: ஜஸ்டினா கோஸ்ட்கோவ்ஸ்கா.
தி நியு யார்க்கர் ஆகஸ்டு 9 & 16, 2004 இதழில் வெளியானது.

காலச்சுவடு 60 டிசம்பர் 2004

சல்வதோ க்வாசிமடோ

சபதம்

எவ்வாறு நாம் பாட முடியும்?
அன்னியன் பாதங்கள் நம் இதயத்தின் மீது இருக்கையில்
பனியால் உறைந்திருக்கும் புல் மீது
சதுக்கங்களில் விழுந்து கிடக்கும்
இறந்தோர் மத்தியில்
எவ்வாறு நாம் பாட முடியும்.
தந்திக் கம்பங்களில் குருசறையப்பட்ட தன் மகனை
தேடிச் செல்லும்
தாயின் கரிய ஓலம் எழுகையில்
குழந்தைகளின் ஆட்டுக்குட்டி கதறல்களுக்கிடையே
எவ்வாறு நாம் பாட முடியும்?
காற்றாடி மரங்களின் கிளைகளில்
சபதம் போல்
நமது யாழ்களும் தொங்குகின்றன.
வருத்தம் தோய்ந்த காற்றில்
அவை லேசாக அசைந்தன.

ஜுவான் ரேமன் ஜிம்னெஸ்

கடைசி யாத்திரை

நானும் ஒரு நாள் மறைவேன்
பறவைகளோ பாடியவாறு எஞ்சியிருக்கும்
என் தோட்டமும் எஞ்சியிருக்கும்
அதன் பசுமை மரங்களுடனும்
அதன் வெள்ளைக் கிணற்றுடனும்
ஒவ்வொரு நாள் மாலையிலும்
வானம் நீலமாகவும் சாந்தமாகவும் இருக்கும்
மணிக்கூண்டில் தேவாலயத்து மணி
இன்று மாலை ஒலிப்பது போலவே ஒலிக்கும்.
என்னை நேசித்தோரும் இறப்பார்கள்
இந்த நகரம் ஆண்டுதோறும் தன்னை புதுப்பித்துக்கொள்ளும்
வெள்ளையடித்த பூத்துக்குலுங்கும்
என் தோட்டத்தின் இந்த மூலையில்
என் ஆன்மா அலைந்து திரியும்
பழைய நினைவுகளுடன்
ஒரு நாள் நானும் மறைவேன்
அப்போது நான் தனித்திருப்பேன்.
கணப்படுப்பின்றி
பசும் மரமின்றி
வெள்ளைக் கன்றின்றி
நீல சாந்தமான வானமின்றி
பறவைகள் எஞ்சியிருக்கும்
பாடியவாறு.

பாப்லா நெருடா

புத்தகத்திற்கு ஒரு பாடல்

புத்தகமே நான் உன்னை மூடும்போது
நான் திறப்பது வாழ்க்கையை.
துறைமுகங்களிலிருந்து
இடைவிட்டு எழும் கூச்சல்களை
நான் கேட்கிறேன்.
தாமிர வார்ப்புக் கட்டிகள்
மணற் படுக்கைகளை கடந்து
டாக்கோப்பில்லாவை நோக்கிப் போகின்றன.
அப்போது இரவு.
எங்கள் கடல்,
தீவுகளுக்கிடையே,
அதன் மீன்களுடன் நடுங்குகிறது.
என் தேசத்தின் பாதங்களை,
தொடைகளை, வெண்ணிற விலாக்களை
அது தொடுகிறது.
தன் கரைகளை
இரவு முழுவதும் பற்றிக் கிடந்து,
பொழுது புலர்ந்ததும்
பாடிக்கொண்டே விழிக்கிறது,
ஒரு கிதார் உயிர்த்தது போல்.
கடலின் எழுச்சி என்னை அழைக்கிறது.
காற்று என்னை அழைத்துக் கொண்டிருக்கிறது.
ரோட்ரிகஸ் என்னை அழைக்கிறான்.
ஜோஸ் அன்டானியோவுங்கூட.
எனக்கு ஒரு தந்தி வந்திருக்கிறது,
சுரங்கத் தொழிலாளர் சங்கத்திலிருந்து.
நான் காதலிக்கும் அவளோ
(நான் அவள் பெயரை உங்களுக்குச் சொல்ல மாட்டேன்)
பக்காலெமுவில் எனக்காகக் காத்துக்கொண்டிருக்கிறாள்.

புத்தகமே, உன்னால் என்னை
காகிதத்தில் சுருட்ட முடிந்ததில்லை.
அச்செழுத்துக் கலையாலோ
அழகான அச்சேற்றத்தாலோ
உன்னால் என்னை நிரப்ப முடிந்ததில்லை.
உன் கட்டுமானத்தால்
என் கண்களை மூடித் திரையிட முடிந்ததில்லை.
உன்னைத் துறந்து செல்கிறேன்.
மக்கள் மலைத் தோட்டங்களை நோக்கி,
கரடு முரடான என் கவிதைக் குடும்பத்தோடு
மலைத்தீயின் அருகே.
உலைக்களங்களில் வேலை செய்யவோ,
வறுத்த மாட்டிறைச்சி தின்பதற்கோ.
நான் நேசிக்கிறேன்,
ஆழமும் வானமும்
காடும் பனியும் கொண்ட புத்தகங்களை.
தேடிக்கண்டு பிடித்துக் கூறும் புத்தகங்களை.
ஆனால் நான் வெறுக்கிறேன்,
சுதந்திரமாக வட்டமிடும்
இளம் பூச்சியைச் சிக்க வைக்க
விஷ இழைகளை பின்னும்
சிந்தனை கொண்ட சிலந்திப் புத்தகங்களை.
புத்தகமே, நான் சுதந்திரமாக இருக்க விடு.
பல தொகுதிகளில் அலங்கார ஆடையணிந்து
உலாவ நான் விரும்பவில்லை.
நான் தடித்த புத்தகத்திற்குப் பிறந்தவன் அல்லன்.
என் கவிதைகள் கவிதைகளை தின்றதும் இல்லை.
அவை உணர்ச்சியூட்டும் நிகழ்வுகளை உண்டவை.

கொந்தளிப்புக்களில் ஊட்டம் பெற்று
பூமியிலிருந்தும் மனிதர்களிலிருந்தும் உயிர்ச் சத்தை உறிஞ்சியவை.

புத்தகமே, புழுதி படிந்த காலணிகளுடன்
பாதைகளில் நடந்து போக என்னை விடு.
புராணம் வேண்டாம்.
திரும்பிப் போ உன் நூல் நிலையத்திற்கே.
நான் தெருக்களை நோக்கிப் போய்க்கொண்டிருக்கிறேன்.
நான் வாழ்க்கையிலிருந்தே வாழ்க்கையைக் கற்றேன்.
காதலை நான் கற்றது ஒரு முத்தத்திலிருந்து.
எதுவும் என்னிடம் இல்லை எவருக்கும் கற்றுத் தர,
நான் உயிர்த்திருக்கிறேன் என்பதைத் தவிர.
இன்று வரையிலும் சக மனிதர்களுடன்
பகிர்ந்து வந்திருக்கிறேன்
இன்று வரையிலும்
அவர்களுடன் சேர்ந்து போராடியிருக்கிறேன்.
இன்று வரையிலும்.
எனது பாடல்களில் அவர்களுடைய குரலாக இருக்கிறேன்.

பாப்லா நெருடா

நான் திரும்பி வருவேன்

சிறிது காலத்துக்குப் பின்
நான் வாழ்ந்திராத அக்காலத்தில்
பயணியே, ஆணோ அல்லது பெண்ணோ
இங்கு என்னை தேடு, தேடு.
கல்லுக்கும் கடலுக்கும் இடையே
நுரையின் சூறை ஒளியில் என்னைத் தேடு.
இங்கு என்னைத் தேடு, தேடு
ஏனெனில் ஏதும் கூறாமல்
இங்கு நான் திரும்பி வருவேன்
குரலின்றி, வாயின்றி, சுத்தமாக;
நீரின் அசைவு போல்
அதன் பண்படாத மனம் போல்
நான் திரும்பி வருவேன்.
இங்கு நான் காணாமல் போவேன் இங்கு தென்படுவேன்
ஒருக்கால் இங்கு நான் கல்லாகவும் அமைதியாகவும் இருப்பேன்.

கவிஞர்கள்

அகமத் நதீம் குவாஸ்மி (Ahmad Nadeem Qasmi)

பிறப்பு 1916. பத்திரிகைத் தொழிலில் ஈடுபட்டிருந்த முற்போக்குக் கவி. பெயர் பெற்ற சிறுகதை எழுத்தாளருங்கூட. பஞ்சாபியரின் கலாச்சாரத்தை தம் எழுத்துக்களில் பிரதிபலித்தவர். இப்போது பாகிஸ்தானில் வாழ்ந்து வருகிறார்.

அக்தார்-உல்-இமான் (Akhtar - ul - Iman)

பி.1915. உத்திரப்பிரதேசத்தில் பிறந்தார். தில்லியில் கல்வி கற்றார். பாட்டு எழுதுபவராகவும் இயக்குநராகவும் பம்பாய் திரைப்படத் தொழிலில் பணியாற்றினார். நவீன கவி. சோஷலிஸ்டான இவர் முற்போக்கு எழுத்தாளர் சங்கத்தில் பணியாற்றினார்.

அமிக் ஹனாஃபி (Amiq Hanafi)

பி. 1928. இயற்பெயர் அப்துல் அஸீஸ் ஹனாஃபி. இந்தியாவில் வாழ்ந்து வருகிறார். இவர் அரசியலும் வரலாறும் கற்றவர். ஆல் இந்தியா ரேடியோவில் பணியாற்றி வருகிறார். இந்தியிலும் உருதுவிலும் எழுதி வருகிறவர்.

அலெக்ஸாண்டர் புஷ்கின் (Aleksandar Pushkin)

1799 – 1837. ரஷ்ய எழுத்தாளர். ஆரம்பத்தில் மேலோட்டமான, காம உணர்வைத் தூண்டும் செய்யுள்கள் இயற்றியவர். புரட்சிகரமான எண்ணங்களுக்குப் பின்னர் ஆட்பட்டவர். 1820இல் தமது அரசியல் கவிதைகளுக்காக நாட்டை விட்டு வெளியேற்றப் பட்டார். பைரனின் கவிதைகளால் பாதிக்கப்பட்டவர். சொந்த நாடு திரும்பிய பின்னரும் காவல் படையின் கண்காணிப்பிலேயே இருந்து வந்தார். டிசம்பர் புரட்சியாளர்களின் தோல்விக்கு பின் (16 டிசம்பர் 1825) இவரது எதிர்ப்பு குணம் ஓங்கிற்று. மாஸ்கோவுக்கும் பீட்டர்ஸ்பெர்குக்கும் மன அமைதியின்றி அலைந்து கொண்டிருந்தார். துருக்கியர்களுக்கு எதிராகப் போராடிக் கொண்டிருந்த படையில் சேர்ந்து போரிட்டார். 1831இல் நாட்டாலியா காஞ்ரோவா என்ற பெண்ணை மணந்தார். கடன் துன்பத்தாலும், மனைவியைப் பற்றிய வதந்திகளாலும் பல அல்லல்களுக்கு ஆளானார். 1836இல் அவரது எதிரிகள் பரப்பிய அவதூறான வதந்திகளால் பாதிக்கப்பட்டு, குதிரைப்படை அதிகாரி ஒருவரை மற்போருக்கு அழைத்தார். வயிற்றில் குண்டு பட்டு இறந்தார். கவிதையின் எல்லா வகைகளிலும் நிறைய எழுதியவர். பல புதிய சோதனைகள், உருவத்திலும் உள்ளடக்கத்திலும் செய்தவர். செய்யுள்களில் ஒரு நாவல் எழுத வேண்டும் என்ற எண்ணத்தில் 'எவ்ஜினி ஓனிஜினி'யை எழுதினார். சிறு கதைகளும், குறு நாவல்களும் எழுதியுள்ளார். சம காலக் கலைஞர்களையும், தனக்குப் பின் தோன்றிய படைப்பாளிகளையும் பாதித்தவர்.

அன்டானியோ மச்சடோ (Antonio Machado)

1875 – 1939. ஸ்பானிஷ் மொழியில் எழுதிய கவி. பிரெஞ்சு மொழி ஆசிரியராக பாரிஸில் பணியாற்றியவர். லியோனா என்ற பெண்ணை அவளுடைய பதினான்காவது வயதில் சந்தித்து இரண்டு வருடங்களுக்குப் பின் மணந்து கொண்டார். மூன்றாண்டுகளுக்குப் பின் அவள் காசநோயில் இறக்க, இந்தப் பிரிவின் பெரும் துக்கம் அவரது கவிதைகளில் நெடுக எதிரொலிக்கிறது. 'பேச்சு மொழியின் சுருக்கெழுத்தாளன்' என்று கவிஞனை வர்ணித்தவர். புற உலக அனுபவங்களை ஆழமாக எளிமையான வார்த்தைகளில் பிரதிபலித்தவர். கவிஞனான தன் சகோதரருடன் இணைந்து கொண்டு பல நாடகங்களும் இயற்றியிருக்கிறார். ஸ்பானிஷ் மொழி தோற்றுவித்த மிகப் பெரிய கவியாவும், உலக அரங்கில் அவருக்குரிய இடம் கிடைக்கப் பெறாதவராகவும் கருதப்படுகிறார்.

ஆடம் ஜாகாஜேவ்ஸ்கி (Adam Zagajewski)

பி. 1945. போலிஷ் மொழியில் எழுதிய கவிஞர், நாவலாசிரியர், கட்டுரையாளர், மொழிபெயர்ப்பாளர். உளவியலிலும் தத்துவத்திலும் பட்டம் பெற்று பேராசிரியராகப்

பணியாற்றியவர். 'போலிஷ் புதிய அலை' என்ற இலக்கிய இயக்கத்தைச் சேர்ந்த கவிஞர்களில் மிக முக்கியமானவர். இவர்கள் 'தலைமுறை 68' என்று அழைக்கப் படுகிறார்கள். பல மொழிகளில் இவரது கவிதைகள் மொழிபெயர்க்கப்பட்டிருக்கின்றன. பல விருதுகள் பெற்றவர். அமெரிக்காவில் ஹூஸ்டன் பல்கலைக்கழகத்தில் படைப்புக்கலைப் பேராசிரியராகவும் பாரிஸிலிருந்து வெளிவரும் 'இலக்கிய மதிப்புரை' என்ற இதழின் இணையாசிரியராகவும் பணியாற்றி வருகிறவர்.

ஆற்றூர் ரவிவர்மா (Attoor Ravi Varma)

பி. 1931. மிகக்குறைவாக எழுதி மிக மேலான புகழை படைப்பாளிகளிடமும் வாசகர்களிடமும் பெற்றிருப்பவர். ஜி. நாகராஜனின் 'நாளை மற்றுமொரு நாளே', சு.ரா.வின் 'ஜே.ஜே. சில குறிப்புகள்', 'ஒரு புளியமரத்தின் கதை' ஆகிய நாவல்களையும் ஒரு சில சிறுகதைகளையும் தமிழிலிருந்து மலையாளத்திற்கு மொழிபெயர்த்திருப்பவர். ஐம்பத் தொன்பது நவீனத் தமிழ்க் கவிஞர்களின் கவிதைகளிலிருந்து பலவற்றையும் மலையாளத் தில் மொழிபெயர்த்து 'புதுநானூறு' என்ற தலைப்பில் வெளியிட்டிருப்பவர். ஆழ்வார், நாயன் மார் கவிதைகளையும் மொழிபெயர்த்திருக்கிறார். தமிழ் படைப்புகள் மீது மலையாள எழுத்தா ளர்களுடையவும் வாசகர்களுடையவும் கவனத்தைத் திருப்புவதில் பெரும் பங்கு ஆற்றியவர்.

இஸ்ஸா (Issa)

1763 – 1827. தன் தாயை இழந்தவர். சிற்றன்னை தந்த துன்பம் தாங்க முடியாமல் தனது பதிமூன்றாவது வயதில் வீட்டை விட்டு ஈடோவுக்கு – இப்போது டோக்கியோவின் ஒரு பகுதி – சென்றவர். நீண்டகாலம் வறுமையில் வாடியவர். பத்தாண்டுகள் தென்மேற்கு ஜப்பானில் சுற்றி அலைந்தவர். அலங்காரமற்ற மொழியில் கவிதைகள் எழுதியவர்.

ஃபஹ்மிதா ரயஸ் (Fahmida Riaz)

பி. 1946. இந்தியாவில் பிறந்த பெண் கவி. சிந்து பல்கலைக் கழகப் பட்டம் பெற்றவர். 1965ல் திருமணம் முடிந்தது. இரண்டு கவிதைத் தொகுதிகள் வெளிவந்திருக்கின்றன. பாலியல் சார்ந்த கருக்களை பயன்படுத்திய விதத்தில் அதிர்ச்சிகளை ஏற்படுத்தியவர். இப்போது இந்தியாவில் வாழ்ந்து வருகிறார்.

ஃபெயிஸ் அகமத் ஃபெயிஸ் (Faiz Ahmed Faiz)

1911 – 1984. பஞ்சாபில் சியால்கோட் என்ற இடத்தில் பிறந்தார். இருபதாம் நூற்றாண்டின் முன்னணி உருதுக் கவிஞர் என பரவலாக ஏற்றுக்கொள்ளப்பட்டிருப்பவர். ஆசிரியராக, தரைப்படை அலுவலராக, பத்திரிகையாளராக, அரசியல் தலைவராக, தொழிற்சங்கவாதியாக, வானொலி அறிவிப்பாளராக பணியாற்றியிருக்கிறார். இவரது கவிதைகள் வானொலி வழியாக விரிந்த அளவில் பரவின. பல மொழிகளிலும் மொழி பெயர்க்கப்பட்டுள்ளார். தனது அரசியல் நிலை காரணமாக பல முறை பாகிஸ்தான் அரசாங்கத்தால் சிறையில் தள்ளப்பட்டவர். ப்யூரெட்டில் பாலஸ்தீனர்களுடன் தலைமறைவாக வாழ நேர்ந்தவர். பல இலக்கிய விருதுகளும், லெனின் பரிசும் பெற்றவர்.

கக்காடு, என்.என் (Kakkad. N.N)

1927 – 1987. கள்ளிக்கோட்டை மாவட்டத்தில் அவிடநல்லூர் என்னும் சிற்றூரில் பிறந்தவர். பி.ஓ.எல் பட்டம் பெற்றிருப்பவர். சமஸ்கிருதம் கற்றிருப்பவர். ஆசிரியராகப் பணியாற்றியவர். அதன் பின் கள்ளிக்கோட்டை வானொலி நிலையத்தில் பணிபுரிந்தவர். நவீன மலையாளக் கவிதைக்கு அர்த்தங்கள், அழகுகள் சார்ந்து புதிய பரிணாமங்களை ஏற்றியவர் என்று விமர்சகர்களால் கருதப்படுகிறவர்.

கார்லோஸ் டிரம்மண்ட் டி அன்ட்ரேட் (Carlos Drummond De Andrade)

1902 – 1987. பிரசீலில் மினாஸ் ஜெரைஸ் என்ற மாகாணத்தில் பிறந்தவர். சமயக் கல்லூரியிலிருந்து வெளியேற்றப்பட்டவர். நவீனத்துவம் சார்ந்த இலக்கிய இயக்கம் இவரைக் கவர்ந்தது. பிரசீலிய அழகுணர்வுக்கு தன் படைப்புகள் வழியாக உருவம் தந்தவர் என்ற பெயர் பெற்றவர். 'மதிப்புரை' என்ற இதழை 1925ல் தொடங்கி நடத்தியவர். கல்வித்துறையில் பணியாற்றியவர். சுய அனுபவம் சார்ந்து பல அரசியல் கவிதைகளை எழுதியிருப்பவர். பிரெஞ்சு, ஸ்பானிஷ் மொழியிலிருந்து பல கவிதைகளை மொழிபெயர்த்தவர்.

கிகாகு (Kikaku)

1661 – 1701. பாஷோ என்ற புகழ்பெற்ற ஹைக்கூ கவிஞரின் சீடர். இரண்டு முக்கியமான கவிதைத் தொகுப்புகளை வெளியிட்டு அவற்றின் மூலம் பாஷோவின் ஹைக்கூ கவிதை வழிக்குப் பெருமை சேர்த்தவர். பாஷோவுடன் மிகுந்த நட்பு கொண்டிருந்தவரெனினும் பின்னர் இவர்களது உறவு சிக்கலாயிற்று. படிமங்களை அடுத்தடுத்து வைத்து சொல் விளையாட்டுக்களுடனும் மறைமுகமான குறிப்புகளுடனும் கவிதைகள் எழுதியவர்.

கிசப்பி உங்காரெட்டி (Giuseppe Ungaretti)

1888–1970. அலெக்ஸாண்டிரியாவில் பிறந்த இத்தாலிய கவி. மொழிபெயர்ப்பாளர். இத்தாலிய இலக்கியப் பேராசிரியராக பிரசீலிலும், ரோமிலும் பணிபுரிந்தார். மல்லர்மே, வலேரி ஆகிய கவிஞர்களால் பாதிக்கப்பட்டவர். உருவ அமைதியிலும், மந்திரங்களைப் போல் சொற்களை ஆள வேண்டும் என்பதிலும் ஆழ்ந்த நம்பிக்கை கொண்டு இயங்கியவர். தெளிவற்ற கவிதைகளை எழுதியுள்ளதாகவும் விமர்சிக்கப்பட்டிருக்கிறார்.

கிய்விக் (Guillevic)

பி.1907. பிரெஞ்சு தேசத்தில் மேற்குக் கடற்கரைப் பகுதியான பிரிட்டானியாவில் பிறந்தார். 22 வயதில் கவிதை எழுதத் தொடங்கினார். சுமார் 20 தொகுப்புகள் வந்துள்ளன. கிய்விக்கின் கவிதைகளில் எறும்பும், கருங்குருவியும், பாறைகளும் அவற்றை மட்டுமே குறிக்கின்றன. உரத்தக் குரலைத் தவிர்ப்பவர். கவிதை ஆக்கத்தைத் தச்சு வேலையோடு ஒப்பிட்டவர். இயற்கைப் பொருளை வைத்து மற்றொரு இயற்கைப் பொருளை உருவாக்கும் பணி கவிஞருக்கும் தச்சருக்கும் பொதுவானது என்பது அவர் எண்ணம். இவரது கவிதைகளில் செடிகளும், மரங்களும், பழக்கத்தில் மரத்துக் கிடக்கும் உலகத்தைப் புதிதாகப் பார்க்க நம்மைத் தூண்டுகின்றன. 'இக்கவிஞரின் பார்வை ஐரோப்பிய மரபைப் பார்க்கிலும் கீழைத்தேய மரபுக்கு ஒட்டி வருவதாக எண்ண இடமுண்டு. ஐரோப்பிய மரபில் எதிர்முனையாக நிற்கும் பலவற்றையும் கூடி முயங்கும் இணக்கம் கொண்டவையாகக் காண்கிறார்.

கிஷ்வார் நகீத் (Kishwar Naheed)

பி.1940. பஞ்சாப் பல்கலைக்கழகத்தில் படித்தவர். மொழிபெயர்ப்பாளர். பத்திரிகைகளில் பணியாற்றிவர். லாகூர் கலை மன்றத்தின் இயக்குநராகப் பணியாற்றுகிறார். பெண் கவிஞர்களில் முக்கியமானவர். பாப்லோ நெருதாவின் கவிதைகளை உருதுவில் மொழிபெயர்த்திருக்கிறார். பாகிஸ்தானில் வசித்து வருகிறார்.

சல்வதோ க்வாசிமடோ (Salvatore Quasimodo)

1901 – 1968. இத்தாலிய மொழியில் எழுதிய கவிஞர், மொழிபெயர்ப்பாளர். சிஸிலியில் மொடிகா என்ற சிற்றூரில் பிறந்தவர். இத்தாலிய இலக்கியம் கற்பிக்கும் பேராசிரியராகப் பணியாற்றியிருப்பவர். இரண்டாம் உலகப் போருக்கு முன்னர் எழுதியவை என்றும் பின்னர் எழுதியவை என்றும் விமர்சகர்கள் இவரது படைப்புக்களை இரண்டு பகுதிகளாகப் பிரிக்கின்றனர். தன் இளம் வயதில் மறைபொருள் சார்ந்த படிமக் கவிதைகளை எழுதியவர். அதற்குப் பிற்பட்ட காலத்தில் மனிதநேயவாதியாகத் திகழ்ந்தவர். சமகால வரலாறு பற்றியும் சமூக நிலைகள் பற்றியும் போரின் கொடுமைகள் பற்றியும் மனித இருப்பின் துன்பங்கள் பற்றியும் எழுதியவர். போருக்குப் பின் 1945ல் இத்தாலியக் கம்யூனிஸ்ட் கட்சியில் சேர்ந்தவர். அரசியல் கவிதைகள் எழுத வேண்டும் என்று கட்சி வற்புறுத்திய போது கட்சியிலிருந்து விலகிக்கொண்டார். 1959ல் இலக்கியத்துக்கான நோபல் பரிசு பெற்றார்.

சுப்பண்ணா ரங்கநாத் எக்குண்டி (Subbanna Ranganath Ekkundi)

பி. 1923. சந்தநயத்தோடும் நவீன உள்ளடக்கத்தோடும் எழுதப்பட்ட இவரது கன்னடக் கவிதைகள் நவோதயா காலத்தைச் சேர்ந்தவை. குவெம்பு, பேந்த்ரெ, டி. வி. குண்டப்பா, மாஸ்தி ஆகிய முதல் தலைமுறைக் கவிஞர்களின் ஆக்கங்களால் ஈர்க்கப்பட்டவர். கதைக்கவிதைகள் எழுதுவதில் விசேஷ ஆர்வமும் திறமையும் மிகுந்தவர். நவீன வாழ்வின் மையத்துக்கு இணையான படிமமாக புராணக்கருக்கள் பலவற்றைக் கவிதைகளுக்குள் திறம்பட பயன்படுத்தியவர். 'கதம்பப்பூக்கள்' என்னும்

தொகுதிக்கு மைய சாகித்திய அகாதெமியின் விருதைப் பெற்றவர். 'சந்தானம்', 'பாம்பாட்டிச் சிறுவன்', 'நிழல்' ஆகியவை இவருடைய முக்கியமான கவிதைத் தொகுதிகள்.

சுப்பராய சுக்கோடி (Subbaraya Chukkodi)

பி. 1940. தென்கன்னட மாவட்டத்தில் சுக்கோடி என்னும் சிற்றூரில் பிறந்தவர். கன்னடத்தில் முதுகலைப்பட்டம் பெற்று தொடக்கப்பள்ளியில் ஆசிரியராகப் பணியாற்றி ஓய்வு பெற்றவர். நவ்ய காலகட்டத்தைச் சேர்ந்த கவிஞர். 'மலையேறிய பின்னர்', 'இதில் அது', 'சமீபத்தில் சந்தித்தவர்கள்', 'பாடல் உலகம்', 'இன்னொரு விளக்கு', 'தங்கப் பறவை' ஆகியவை இவரது கவிதைத் தொகுதிகள். 'சந்தை வீடு' என்ற நாவலும் 'வேர்கள்' என்ற தலைப்பில் சிறுகதைத் தொகுப்பும் வந்துள்ளன. இன்றும் 'உதயவாணி' என்னும் கன்னட நாளிதழில் தொடர்ந்து இலக்கிய விமர்சனக்கட்டுரைகள் எழுதி வருகிறார்.

டடியூஸ் ரோசெவிக் (Tadeusz Rosewicz)

பி. 1921. ஹாலந்தில் பிறந்தவர். இரண்டாவது உலகப் போரில் பங்கெடுத்துக் கொண்டவர். போர் முடிந்ததும் க்ராகோ பல்கலைக்கழகத்தில் வரலாறு கற்றவர். நிறைய கவிதைத் தொகுப்புகள் வெளியிட்டிருப்பவர். சிறுகதைகளும் நாடகங்களும் எழுதியிருப்பவர். இவரது படைப்புக்கள் பல மொழிகளிலும் மொழிபெயர்க்கப்பட்டிருக்கின்றன.

டு.ஃ.பு (Tu Fu)

713 – 770. சீன மொழியில் எழுதிய கவிஞர்களிலேயே முதன்மையானவர் என்று பல விமர்சகர்களாலும் கருதப்படுபவர். கன்பூஷிய நெறியை அடிப்படையாகக் கொண்ட கல்வியைக் கற்றவர். 736ஆம் ஆண்டு நடைபெற்ற பரீட்சை ஒன்றில் தோல்வியுற்றதால் அவருக்கு அரசாங்கப் பணி கிடைக்கவில்லை. இதன் விளைவாக தன் இளம்பருவத்தின் பெரும் பகுதியைச் சுற்றி அலைவதிலேயே செலவழித்தார். சீனத்தின் வடக்கிலிருந்து தெற்கு வரையிலும் பத்தாண்டுகள் அலைந்தார். இக்காலத்திலேயே முக்கியமான கவி என்ற பெயரும் பெற்றார். ஏழை எளியவர்களின் துன்பங்களைப் பற்றி அதிகமாக எழுதியவர்.

டெனிஸ் லெவர்டோவ் (Denise Levertov)

பி. 1923. 'தெய்வத்தன்மை பற்றிய மரத்தின் கூற்று' என்ற நீண்ட கவிதையை எழுதி புகழ் பெற்றவர். புராதனக் கூறுகளை நவீனக் கூறுகளுடனும் தெளிவானவற்றை மறைபொருளுடனும் இணைத்து எழுதியவர். இளம் எழுத்தாளராக இருந்தபோது இங்கிலாந்திலிருந்து அமெரிக்காவுக்கு வந்தவர். வில்லியம் கார்லோஸ் வில்லியம்ஸை வழிகாட்டியாகக் கொண்டு அவருடன் நீண்டகாலம் உறவாடி வந்தார். அவரது பார்வையின் பாதிப்பையும் பெற்றார்.

நகுலன் (T.K. Doraiswamy)

பி. 1922. இயற்பெயர் டி.கே. துரைசாமி. திருவனந்தபுரத்தில் ஆசிரியராகப் பணியாற்றி ஓய்வு பெற்றார். தமிழிலும் ஆங்கிலத்திலும் எழுதியிருக்கிறார். கவிதைகளும் சிறுகதைகளும் நாவல்களும் கட்டுரைகளும் எழுதியுள்ளவர். தனித்துவமான நாவல்களையும் கவிதைகளையும் எழுதியவர். நினைவுப்பாதை, நவீனன் டயரி, நாய்கள், வாக்குமூலம் ஆகியவை முக்கிய நாவல்கள்.

நிஸிம் இஸக்கியேல் (Nizzim Ezekkial)

1924 – 2004. பம்பாய் பல்கலைக்கழகத்தில் ஆங்கிலப் பேராசிரியராக இருந்தவர். யூத சமயத்தினராகப் பிறந்தவர். பல கவிதைத் தொகுதிகள் வெளிவந்துள்ளன. 'கவிதை இந்தியா' என்ற பத்திரிகையின் ஆசிரியராக இருந்தவர். எஸ்ரா பவுண்ட், எலியட், யேட்ஸ், ரில்க், மக்னீஸ், ஸ்பெண்டர், ஆடன் போன்ற கவிஞர்களாலும் அமெரிக்கக் கவிதையாலும் பாதிப்புப் பெற்றவர். இந்திய ஆங்கிலக் கவிகளில் முக்கியமானவர்.

பாப்லா நெருடா (Pablo Neruda)

1904 – 1973. இயற்பெயர் நெஃப்தாலி ரிக்கார்டோ ரேயஸ் பஸோல்டோ. சிலியில் பிறந்து ஸ்பானிஷ் மொழியில் எழுதிய கவிஞர். பிறந்ததுமே தன் தாயை இழந்து விட்டவர்.

பதிமூன்று வயதில் எழுதத் தொடங்கியவர். கணிசமான கவிதைகளை எழுதியிருப்பவர். உலக அரங்கில் அவரது கவிதைகள் மொழிபெயர்க்கப்படாத மொழிகள் மிகக் குறைவு. அரசியல் சமூகம் சார்ந்த கவிதைகள் எழுதுவதில் நம்பிக்கை கொண்டிருந்தார். சிறிது காலம் கம்யூனிஸ்ட் கட்சியில் இருந்தார். 1971ல் நோபல் பரிசு பெற்றார்.

ப்ளெயிஸி சென்ட்ரார்ஸ் (Blaise Cendrars)

1887 – 1961. சுவிட்சர்லந்தில் பிறந்தவர். 15 வயதில் வீட்டைத் துறந்து ஓடியவர். தன் வாழ்நாளின் பெரும் பகுதியை மன அமைதியின்றிச் சுற்றி அலைவதிலேயே கழித்தார். கைக்கடிகாரம் செய்யும் பணியில் ஈடுபட்டிருந்தார். நாவலாசிரியர். பிரெஞ்சு மொழியில் எழுதினார். இவரது படைப்புகள் பல மொழிகளிலும் மொழிபெயர்க்கப்பட்டுள்ளன. 1905ல் நடைபெற்ற ரஷ்யப் புரட்சியின்போது அங்கு பணியாற்றிக் கொண்டிருந்தார். 1910ல் பாரிஸில் குடியேறி பிரெஞ்சுக் குடிமகனாகத் தன்னை மாற்றிக் கொண்டார். திரைப்படம் எடுப்பதில் மிகுந்த ஈடுபாடு கொண்டவர். இதழியலாளராகவும் கலை விமர்சகராகவும் வியாபாரியாகவும் தொழில் பட்டிருப்பவர்.

மாக்கேலே அஞ்சலோ ப்யுனோரொட்டி (Michelangelo Buonarroti)

1475 – 1564. இத்தாலியக் கவி. சிற்பி. கட்டிடக் கலை வல்லுநர். ஓவியர். கவிஞர். பெர்ட்டோல்டோ என்ற சிற்பியிடம் சிற்பக் கலை கற்றார். முதலில் பிளாரன்சிலும் பின் ரோமிலும் வாழ்ந்தார். 'தாவீது' போன்ற உலகப் புகழ் பெற்ற சிற்பங்களை உருவாக்கியவர். இரண்டாம் ஜூலியஸின் சமாதி, மெடுசி தொழுகையிடம் ஆகிய புகழ்பெற்ற கட்டிடங் களை நிர்மாணித்தவர். பாதுகாப்புப் படைப்பொறியாளராகவும் பணியாற்றியிருக்கிறார். இளமையிலேயே விதவையாகிவிட்ட விட்டோரியா கொலோன்னா என்ற பெண் கவிஞருக்கு உட லூறவு நாட்டமற்ற நிலையில் கவிதைகள் எழுதியுள்ளார். கவிதைகளின் முழுத் தொகுப்பு ஆங்கிலத்தில் மொழிபெயர்க்கப்பட்டுள்ளது. ஒரு சில கவிதைகள் முழுமை பெறாதவை. தான் ஈடுபட்ட துறைகள் அனைத்திலும் பிரமிக்கத்தக்க சாதனைகளை நிகழ்த்திய மேதை.

மிகல் டே குவேரா (Miguel de Guevara)

1579 – 1644. ஸ்பானியக் கவி. மெக்ஸிகோவில் வாழ்ந்திருந்த பாதிரியார். கடவுளிடம் சற்று வித்தியாசமான, நெருக்கமான துணிச்சலான உறவு கொண்டு தனி மனித அன்பை வெளிப்படுத்தக் கூடியதுமான பாடல்கள் எழுதினார்.

முனிர் நியாஸி (Munir Niazi)

பி. 1928. இந்தியாவில் பிறந்தவர். படிமங்களைப் பயன்படுத்தும் நவீன கவி. பஞ்சாபி மொழியிலும் எழுதி வருகிறார். திரைப்படப் பாடல் ஆசிரியர். இலக்கிய நடையைத் தவிர்த்து அன்றாட மொழியில் கவிதை எழுதி வருபவர்.

மூசோ சொஸிகி (Muso Soseki)

1275 – 1351. ஜென் தத்துவத்தில் தேர்ச்சி பெற்றவர். கவிஞர். புலவர். தோட்டங்களை வடிவமைப்பதில் நிபுணர். கோ டைகோ சக்ரவர்த்தியின் ஆத்மீக உபதேசியாகப் பணியாற்றியவர். அரசியல் செல்வாக்கு மிகுந்தவர். பல ஜென் கோயில்களை நிறுவியவர். இவரது வாழ்நாளில் மூன்று முறையும் மறைவுக்குப் பின் நான்கு முறையும் 'கோகுஷி' (தேசிய ஆசான்) என்ற பட்டத்தைப் பெற்றவர்.

ரஷேத் என்.எம். (Rashed. N.M)

1910 – 1975. மேற்கு பஞ்சாபில் பிறந்தவர். நவீனக் கவிஞர்களில் தலை சிறந்தவர் என்று கருதப்படுகிறவர். சர்ச்சைக்குரியவராக இருந்தார். நண்பர்களாலும் எதிர்நிலை யாளர்களாலும் மதிக்கப்பட்டவர். உறுதியான அறிவுவாதி. கவிதையில் ஜனரஞ்சக அம்சத்திற்கு இடம் தர மறுத்தவர். பிரச்சாரத்தை ஏற்காதவர். கவிதைகள் பல தொகுப்பு களாக வெளிவந்திருக்கின்றன. பல பத்திரிகைகளையும் பதிப்பித்திருக்கிறார். ரேடியோ விலும் ஐ.நா. சபையிலும் பணியாற்றினார்.

ராபர்ட் க்ரீலி (Robert Creeley)

பி. 1926. அமெரிக்காவில் மாஸாசுசெட்சில் பிறந்தார். மிகச் சிறிய வயதிலேயே தந்தையையும் இடது கண் பார்வையையும் இழந்தவர். 1944 – 45 வருடங்களில் இந்தியாவிலும் மியன்மார் (பர்மா)விலும் பணியாற்றியவர். விவசாயத்தில் ஈடுபாடு கொண்டவர். 'ப்ளாக் மௌண்டன் ரிவ்யூ' இலக்கிய இதழை நடத்தியவர். பல கவிதைத் தொகுதிகள் வெளிவந்துள்ளன. இவர் வெளியிட்டுள்ள காதல் கவிதைகள் (1950 – 1960) இவருக்கு மிகுந்த புகழைத் தேடித் தந்தன.

ராமானுஜம் ஏ.கே. (Ramanujam A.K)

பி.1929. மைசூரில் பிறந்தவர். கவிஞர், கட்டுரையாளர், மொழிபெயர்ப்பாளர், நாட்டார் வழக்காற்றியல் அறிஞர். ஆங்கில இலக்கியத்தில் பட்டப்படிப்பை மேற்கொண்டவர். பண்டைத் தமிழ் இலக்கியதை ஆங்கிலத்தில் மொழிபெயர்த்து அதன் சிறப்பை தமிழர் அல்லாதவர்களிடம் உலகளவில் அறிய வழிவகுத்தவர். சிக்காக்கோ பல்கலைக் கழகத்தில் தெற்காசிய மொழிகள் மற்றும் பண்பாடு, மொழியியல் துறைகளில் பேராசிரியராக பணியாற்றியவர். ஆங்கிலம், கன்னடம், தமிழ் ஆகிய மொழிகளில் புலமை பெற்றவர். ஆங்கிலத்தில் பல கவிதைத் தொகுப்புகள் வெளிவந்துள்ளன. நாட்டார் வழக்காற்றியல் மற்றும் இந்திய இலக்கியம் குறித்துத் தெற்காசிய ஆய்வு மையம் வெளியிட்ட தொகுதிகளின் இணைப் பதிப்பாசிரியராக இருந்தவர். 'இந்திய நாட்டுப்புறக் கதைகள்' தொகுதியும் ஆங்கிலத்தில் வெளிவர முயற்சி எடுத்துக் கொண்டவர். இந்திய அரசின் 'பத்மஸ்ரீ' விருதும் சாகித்ய அகாதமி விருதும் பெற்றவர்.

ரைசார்டு க்ரினிக்கி (Ryszard Krynicki)

பி. 1943. போலிஷ் மொழியில் எழுதிய கவிஞர், மொழிபெயர்ப்பாளர். ஆஸ்டிரியாவின் தென்பகுதியில் பிறந்தவர். இளம் வயதில் தொழிலாளியாகவும் கட்டாயப் பணியில் ஈடுபடுத்தப்பட்டவராகவும் இருந்தவர். 1964 – 1969 வருடங்களில் 'ப்ராபி' என்று அழைக்கப்படும் கவிஞர்கள் குழுவில் இணைந்து செயல்பட்டவர். கம்யூனிஸ்ட் கட்சியின் பார்வையை ஏற்காது செயல்பட்டதால் அவரது புத்தகங்கள் 1976லிருந்து 1981 வரையிலும் தடை செய்யப்பட்டிருந்தன. போலந்திலும் அதற்கு வெளியேயும் பல விருதுகள் பெற்றவர்.

லியோபோல்டு ஸ்டாஃப் (Leopold Staff)

1878 – 1957. ரஷ்யாவில் உக்ரெனியனில் லிவ் என்னும் இடத்தில் பிறந்தவர். போலிஷ் கவி. இவரது முதல் புத்தகம் சென்ற நூற்றாண்டின் ஆரம்பத்தில் வெளிவந்தது. குறியீட்டியல் மோஸ்தராக இருந்த காலம் அது. ஆங்கிலக் கவி ஏட்ஸைப் போல் இவராலும் புத்தம் புதிய கவித்துவ கருத்துக்களை தன் முதுமையில் கூற இயன்றது என விமர்சகர்கள் குறிக்கின்றனர். இவரது மொத்தப் படைப்புக்கள் அளவில் அதிகமானவை. இவரது மொழிபெயர்ப்புகளும் கணிசமானவை. நீட்சே, மைக்கல் ஆஞ்சலோ, கதே ஆகியோரை இவர் மொழிபெயர்த்திருக்கிறார். லத்தீன் மொழி நன்கு அறிந்தவர்.

லூயி டி கான்கோரா (Luis de Gongora)

1561 – 1627. ஸ்பானிய கவி. இவரது காலத்திய இரு பெரும் கவிஞர்களில் ஒருவர். மற்றொருவர் லோபே டி வேகா. கோயில் வழிபாடுகளில் பிரசங்கியாகப் பணிபுரிந்தார். ஸ்பெயின் நாட்டில் புகழ்பெற்ற மஞ்சு விரட்டுக்களிலும், பயபக்தியற்ற கவிதைகள் இயற்றுவதிலும் ஆர்வம் கொண்டிருந்தார். நிர்வாகத் திறனும், இசையில் ஈடுபாடும் உடையவர். விரிவாகப் பயணம் செய்தவர். இவருடைய அங்கதக் கவிதைகள் பல எதிரிகளை இவருக்கு உருவாக்கித் தந்து இலக்கியச் சண்டைகளையும் தூண்டின. ஈரேழ் வரிப் பாடல் எழுதுவதில் நிபுணர் என்று பெயர் பெற்றவர். 'காங்கோரிஸ்மோ' என்று அழைக்கப்படும் நடையை உருவாக்கினார். கான்கோராவின் செல்வாக்கு 17ஆம் நூற்றாண்டில் உச்சத்தில் இருந்து, 18ஆம் நூற்றாண்டில் தேய்ந்து, 19ஆம் நூற்றாண்டில் சிக்கலான கவிதைகள் எழுதியவராகவும், புத்தி பேதலித்தவர் என்றும் வர்ணிக்கப்பட்டார். 20ஆம் நூற்றாண்டில் ஆச்சரியப்படும் விதத்தில் மீட்டெழுச்சி பெற்று, 1920க்களில் தோன்றிய இளங்கவிஞர்களால் கொண்டாடப்பட்டு வருகிறார்.

லூயி சிம்சன் (Louis Simpson)

பி.1923. மேற்கு இன்டீசில் ஜமைக்கா என்ற இடத்தில் பிறந்தவர். 17ஆவது வயது வாக்கில் அமெரிக்கா வந்து கல்வி கற்றவர். இரண்டாம் உலகப் போரில் பங்காற்றினார். பாரிஸில் வாழ்ந்து கொண்டிருக்கும்போது இவரது முதல் கவிதைத் தொகுதி 1949ல் வெளிவந்தது. அமெரிக்காவில் கொலம்பியா பல்கலைக்கழகத்திலிருந்து பி.ஹெச்.டி பட்டம் பெற்றார். இலக்கிய விமர்சகர். எஸ்ரா பௌண்ட், டி.எஸ்.எலியட், வில்லியம் கார்லோஸ் வில்லியம்ஸ் ஆகியோரைப் பற்றிய விமர்சனம் இவருக்குப் புகழைத் தேடித் தந்தது. டிலான் தாமஸ், அலன் ஜின்பர்க், சில்வியா ப்ளாத், ராபர்ட் லோவல் ஆகிய கவிஞர்களை மதிப்பீடு செய்திருப்பவர். பல கவிதைத் தொகுதிகள் வெளியிட்டிருப்பவர்.

லோபே டி வேகா (Lope de Vega)

1562 – 1635. ஸ்பானிய கவி. பெரிய நாடக ஆசிரியர். பெரிய கவிஞர். அவருடைய காதல் விவகாரங்கள்– ஒரு சில அவர் பாதிரியார் ஆன பின்புங் கூட – அவருடைய எழுத்துக்களில் பிரதிபலிக்கின்றன. மத உணர்வை வெளிப்படுத்தும் கவிதைகளிலும் இவரது தனித்துவ அனுபவங்களின் பிரதிபலிப்புக்களைக் காணலாம். சொந்த வாழ்வு துன்பமயமானது. இரு மனைவியரும் இறந்து போனார்கள். காதலியும் பார்வையிழந்து பைத்தியமானார். இரு மகன்கள் இறந்தார்கள். மகள் ஒரு தூதுவனால் கடத்திச் செல்லப் பட்டாள். லோபே டி வேகா 1300 நூல்கள் எழுதியுள்ளதாகவும், 500 மிஞ்சி இருப்பதாக வும், அவற்றில் ஒரு சில அவர் எழுதாதவை என்றும் சொல்லப்படுகிறது. நாடகத்தின் தன்னிகரற்ற சிற்பியாக ஒரு நூற்றாண்டு காலம் கருதப்பட்டவர். நாவல்களும் எழுதியுள்ளார்.

லோர்கா (Lorca)

1898 – 1936. ஸ்பானிய மொழிக் கவிஞர். அம்மொழியிலேயே சிறந்த நாடக ஆசிரியர் எனக் கருதப்படுபவர். சிறந்த பாடகர். சர்ரியலிச இயக்கத்தால் பாதிக்கப்பட்டவர். தியேட்டரில் பல புதுமைகளைச் சாதித்தவர். கிராமியப் பாடல்களையும் அவற்றின் மெட்டுக்களையும் உள்வாங்கிய ஆளுமை கொண்டவர். கவிதை நாடகம் ஆகியவற்றின் படைப்பில் மிகத் துணிச்சலான சோதனைகள் செய்தவர். ஸ்பானிஷ் உள்நாட்டுப் போரில் சுட்டுக்கொல்லப்பட்டவர்.

வாங் சியன் (Wang Chien)

768 – 820. சீனக் குடும்பங்களைப் பற்றிய நுணுக்கமான சொற்சித்திரங்களை ஓவியமாக உணர்ச்சியளிக்கும் வகையில் தீட்டுபவர். பழைய சீன நாகரிகத்தின் காட்சிகளை இவருடைய கவிதைகளில் காணலாம்.

வில்லியம் கார்லோஸ் வில்லியம்ஸ் (William Carlos Williams)

1883 – 1963. அமெரிக்காவில் நியூ ஜெர்சியில் பிறந்தவர். இளம் வயதிலேயே கவிதை எழுதத் தொடங்கியவர். மருத்துவம் கற்றார். பென்சில்வேனியா பல்கலைக்கழகத்தில் படிக்கும்போது எஸ்ரா பௌண்டை சந்தித்து அவருடன் உறவு கொண்டார். முதலில் சிற்றிதழில் எழுதத் தொடங்கி, பின் பிரபல இதழ்களிலும் எழுதி பெரும் புகழ் பெற்றார். நாவல், நாடகம் ஆகியவற்றையும் எழுதியிருக்கிறார். இவருக்குப் பின்னால் வந்த அலன் ஜின்ஸ்பெர்க் போன்ற முக்கிய கவிஞர்களைப் பாதித்தவர்.

விஸ்லாவா சிம்போர்கா. (Wislawa Szymborska)

பி.1923. மேற்கு போலந்தில் பிறந்தவர். உலகளவில் முக்கிய மொழிகளில் எல்லாம் அவரது கவிதைகள் மொழிபெயர்க்கப் பட்டிருக்கின்றன. மிக எளிமையான கவி. காட்சி அளிக்கும் அளவுக்கு எளிமையானவரும் அல்ல. இயற்கையின் அழகு அளிக்கும் ஆச்சரியத்தையும், காதல், அன்பு ஆகியவற்றின் இளிவரலையும், கலையின் மாயத்தன்மையையும் வெளிப்படுத்தியவர். சிம்போர்காவின் குரல் மென்மையானது. அவரது சாதுவான நகைச்சுவை உணர்வு, இறுகிப்போய்விட்ட நிறுவனங்களின் அஸ்திவாரங்களை தோண்டும் குணம் கொண்டது. 1996 ஆண்டிற்கான நோபல் பரிசு பெற்றவர். இப்போது வட அமெரிக்காவில் சிக்காகோ பெருநகரத்தில் வசித்து வருகிறார்.

வேணுகோபால் காசர்கோடு (Venugopal Kasargode)

பி.1948. காசர்கோடில் கரடக என்னும் சிற்றூரில் பிறந்தவர். கன்னடத்தில் முது கலைப்பட்டம் பெற்றவர். கோபாலகிருஷ்ண அடிக, ராமச்சந்திர ஷர்மா, கங்காதர சித்தாள் ஆகிய கவிஞர்கள் இயங்கிய நவ்ய காலகட்டத்தைச் சேர்ந்த முக்கியக் கவிஞர்களுள் ஒருவர். கவிதை, நாவல், நாடகம் ஆகிய துறைகளிலும் இயங்கியவர். 'சிறகொடிந்த பறவைகள்', 'கொரில்லா', 'பிடிக்குள் அகப்படாத வாழ்க்கை' ஆகியவை இவரது கவிதைத் தொகுதிகள். 'ஆகுதி', 'கல்யாணியின் கருணைக்கதை' ஆகியவை இவரது நாவல்கள். 'மண்பொம்மை', 'நாய்வால்' உள்ளிட்ட பத்து நாடகங்களை எழுதியவர். மலையாளத்திலிருந்து சிறந்த படைப்புகளைக் கன்னடத்தில் மொழிபெயர்த்திருப்பவர்.

ழாக் ப்ரெவர் (Jacques Prevert)

பி. 1900. பிரெஞ்சு கவி. சர்ரியலிச இயக்கத்தில் சொற்ப கால தொடர்பு கொண்டிருந்தார். அரசியல் கட்டுப்பாடுகள், மத நிறுவனங்கள், உத்யோகபூர்வமான அதிகார பலங்கள் ஆகியவற்றை எதிர்த்தவர். இவருடைய பாடல்கள் பல புகழ் பெற்று மக்கள் மத்தியில் பரவின. அதிக வாசகர்கள் கவிதையைப் புரிந்துகொள்ள வழிகோலியவர்.

ஜுவேன் ரேமன் ஜிம்னெஸ் (Juan Ramon Jimenez)

1881 – 1958. ஸ்பானிய கவிஞர். 1956இல் நோபல் பரிசு பெற்றவர். ஸ்பானிய மொழியில் நவீனத்துவத்தை வளர்த்தவர். முதலில் யாப்பிலும் அதன் பின் வசனத்திலும் கவிதைகள் எழுதினார். பிரெஞ்சு மொழி இலக்கிய இயக்கங்களாலும், ரவீந்திரநாத தாகூராலும் பாதிக்கப்பட்டவர். (தாகூரின் படைப்புக்களை இவரது மனைவி ஸ்பானிய மொழியில் மொழிபெயர்த்துள்ளார்.) 'கவிதை பொருளின் மிகச் சரியான பெயரைக் கண்டுபிடிக்க முன்னுகிறது' என்றார். 'இம்முயற்சி சாராம்சத்தில் சமயச் சார்பானது' என்றார். இவரது பிற்காலக் கவிதைகளில் இறைச் சிந்தனைகளின் பாதிப்பைக் காணலாம்.

ஜீன் ஃபொல்லெயன் (Jean Follain)

1903 – 1971. சட்டம் பயின்றவர். பாரிஸில் வழக்குரைஞராக பணியாற்றியவர். இவரது ஆரம்ப நாட்களில் 'அறிவுடைமை' என்ற பெயரில் அறிய வந்த இலக்கிய குழுவுடன் இணைந்து செயல்பட்டவர். பல கவிதைத் தொகுப்புகளையும் வெளியிட்டிருக்கிறார். இக்கவிஞரின் சில கோப்புகள் செயின்ட்–லோ என்ற ஊரில் கலைப்பள்ளிகளின் அருங்காட்சியகத்தில் காப்பாற்றப்பட்டு வருகின்றன.

ஜேம்ஸ் தற்றே (James Tate)

பி. 1943. அமெரிக்கக் கவி. இவரது கவிதைகள் பதினைந்து தொகுப்புகளுக்கு மேல் வெளிவந்துள்ளன. நாவலும் சிறுகதைகளும் எழுதியிருப்பவர். 1997ல் வந்த 'சிறந்த அமெரிக்கக் கவிதைகள்' என்ற நூலை உருவாக்கியவர். பல விருதுகள் பெற்றிருப்பவர். பேராசிரியராகப் பணியாற்றி வருபவர்.

ஸ்டீவ் கோவிட் (Steve Kowit)

பி.1938. கவிதையைக் கற்றுக் கொடுக்கும் பல்கலைக்கழகப் பட்டறைகளில் இருபதாண்டுகளுக்கு மேல் ஆசிரியராகப் பணியாற்றியவர். 'தான் தோன்றிக் கவிஞர்கள்' என்ற தலைப்பில் பாடல் திரட்டொன்றை வெளியிட்டார். பாப்லோ நெருடாவின் அரசியல் கவிதைகளை மொழிபெயர்த்தார். இந்தியக் காதல் கவிதைகளின் பாதிப்பில் எழுதிய கவிதைகளை இரு தொகுப்பாக வெளியிட்டிருக்கிறார். பல இதழ்கள் பணியாற்றியவர்.

ஹபிப் ஜலிப் (Habib Jalib)

பி. 1929. பாகிஸ்தானில் எல்லோருக்கும் தெரிய வந்தவர். முக்கியமாக மாணவர் மத்தியில் மிகுந்த புகழ் பெற்றவர். அரசியல் கவி. கலையை விட முக்கியமாக அரசியலைக் கண்டு அடக்கு முறைக்கு எதிராக மக்களை கவிதைகள் மூலம் தட்டி எழுப்புவதில் நம்பிக்கை கொண்டவர்.

www.ingramcontent.com/pod-product-compliance
Lightning Source LLC
LaVergne TN
LVHW090352051026
849518LV00006B/2121
9788187477914